PROTEIN WAFERS WALANG BAKING

100 Indulgent Treat nang walang Oven Heat

Eva Muñoz

Copyright Material ©2024

Lahat ng Karapatan ay Nakalaan

Walang bahagi ng aklat na ito ang maaaring gamitin o ipadala sa anumang anyo o sa anumang paraan nang walang wastong nakasulat na pahintulot ng publisher at may-ari ng copyright, maliban sa mga maikling sipi na ginamit sa isang pagsusuri. Ang aklat na ito ay hindi dapat ituring na kapalit ng medikal, legal, o iba pang propesyonal na payo.

TALAAN NG MGA NILALAMAN

TALAAN NG NILALAMAN 3
PANIMULA 6
CAKE AT LOAF CAKE 7
   1. Cinnamon Apple Cake 8
   2. Cinnamon Swirl Banana Bread 10
   3. Cake ng Paaralan 12
   4. Lemon Drizzle Loaf Cake – Starbucks Style 14
   5. White Chocolate Blueberry Loaf Cake 16
   6. Chocolate Fudge Loaf Cake 18
   7. Lotus Biscoff Loaf Cake 20
   8. Ultimate Chocolate Poke Cake 22
   9. Super Moist Carrot Cake 24
MGA RECIPE NG COOKIE DOUGH 26
   10. Cookie Dough Skillet 27
   11. Ang Ultimate Oreo Brookie 29
   12. Mga Red Velvet Cookie Dough Bar 31
   13. No-Bake Chocolate Chip Cookie Dough 33
   14. Chocolate Chip Cookie Dough Bar 35
CHEESECAKES, TARTS AT PIES 37
   15. No-Bake Cookie Crumble Cheesecake 38
   16. No-Bake Blueberry Pie 40
   17. No-Bake Peach Pie 42
   18. No-Bake Pumpkin Pie 44
   19. Walang-Bake Chocolate Ricotta Pie 46
   20. No-Bake Creamy Yogurt Pie 48
   21. No-Bake Ice Cream Pie 50
   22. No-Bake Pineapple Chiffon Cheesecake 52
   23. No-Bake Eggnog Cheesecake 54
   24. No-Bake Philly Summer Cheesecake 56
   25. No-Bake Apricot Chiffon Cheesecake 58
   26. No-Bake Fresh Fruit Tart 60
   27. No-Bake Strawberry Tartlets 62
   28. No-Bake Lemon Tart 64
   29. No-Bake Chocolate Peanut Butter Tart 66
   30. No-Bake Raspberry Almond Tartlets 68
   31. No-Bake Oreo Mint Tart 70
   32. No-Bake Mango Coconut Tartlets 72
   33. No-Bake Caramel Pecan Tart 74
   34. No-Bake Chocolate Banana Tart 76
   35. Kinder Stuffed Cookie Pie 78
COOKIES 80

36. Apat na Sangkap na Nutella Cookies 81
37. Malambot at Chewy Rainbow Cookies 83
38. Malambot at Chewy Chocolate Chip Cookies 85
39. No-Bake Butterscotch Cookies 87
40. No-Bake Orange Cookies 89
41. No-Bake Peanut Butter Cookies 91
42. No-Bake Chocolate Oatmeal Cookies 93
43. No-Bake Oatmeal Gelatin Cookies 95
44. No-Bake Penuche Drop Cookies 97
45. No-Bake Bourbon Oat Cookies 99
46. No-Bake Matcha White Chocolate Cookies 101
47. No-Bake Coconut Lime Cookies 103
48. No-Bake Pistachio Cranberry Cookies 105
49. No-Bake Chai Spiced Cookies 107

MGA CLUSTERS AT HAYSTACKS 109

50. No-Bake Fudge Clusters 110
51. No-Bake Chocolate Peanut Butter Clusters 112
52. No-Bake Almond Joy Clusters 114
53. No-Bake Trail Mix Clusters 116
54. No-Bake White Chocolate Raspberry Clusters 118
55. No-Bake Caramel Pretzel Clusters 120
56. No-Bake Cranberry Pistachio Clusters 122
57. No-Bake Dark Chocolate Cherry Clusters 124

CRISP, CRUBLE AT COBBLERS 126

58. No-Bake Peach Crisp 127
59. Walang-Bake Apple Crisp 129
60. No-Bake Mixed Berry Cobbler 131
61. Walang-Bake Cherry Crisp 133
62. Walang-Bake Mango Coconut Crumble 135
63. Walang-Bake Blueberry Almond Crisp 137
64. Walang-Bake Dragon Fruit Crumble 139
65. Walang-Bake Lychee Crisp 141
66. No-Bake Papaya Cobbler 143
67. No-Bake Kiwi Crumble 145
68. No-Bake Passion Fruit Cobbler 147

CAKE 149

69. No-Bake Rum Cake 150
70. No-Bake Seven Layer Cake 152
71. No-Bake Chocolate Cream Cake 154
72. No-Bake Fruit Cake 156
73. No-Bake Matzoh Layer Cake 159
74. No-Bake Cherry Custard Cake 161
75. No-Bake Mango Coconut Cake 163

76. No-Bake Peanut Butter Chocolate Cake 165
77. No-Bake Strawberry Lemonade Cake 167

BROWNIES, BARS, AT SQUARES **169**
78. Super Fudgy Triple Chocolate Brownies 170
79. Jammie Dodger Blondies 172
80. No-Bake Chocolate Butterfluff Squares 174
81. No-Bake Confetti Cereal Squares 176
82. No-Bake Raspberry Lemon Bars 178
83. No-Bake Trail Bars 180
84. No-Bake Granola Bars 182
85. No-Bake Chocolate-Coconut Squares 184
86. Walang-Bake Ginger-Orange Squares 186
87. No-Bake walnut Brownies 188
88. No-Bake Chipits Cereal Bars 190
89. No-Bake Peanut Brownies 192

ENERGY BALLS & BITES **194**
90. Chocolate Fudge Cake Balls 195
91. No-Bake Almond Snowballs 197
92. No-Bake Cocoa-Bourbon Balls 199
93. No-Bake Gingersnap Balls 201
94. No-Bake Mocha Liqueur Balls 203
95. No-Bake Cherry Rum Balls 205
96. No-Bake Orange Balls 207
97. Peanut Butter Chocolate Chip Energy Balls 209
98. Coconut Almond Date Energy Balls 211
99. Oatmeal Raisin Cookie Energy Balls 213
100. Chocolate Coconut Protein Balls 215

KONKLUSYON **217**

PANIMULA

Maligayang pagdating sa napakasarap na mundo ng PROTEIN WAFERS WALANG BAKING, kung saan nagsimula kami sa isang paglalakbay upang tumuklas ng 100 indulgent treat nang hindi nangangailangan ng init ng oven. Sa isang culinary realm na kadalasang umaasa sa magic ng baking, ang PROTEIN WAFERS WALANG BAKING ay naghahatid ng isang koleksyon ng mga hindi mapaglabanan na kasiyahan na hindi nangangailangan ng init ngunit nangangako ng isang pagsabog ng mga lasa at texture. Isa ka man na batikang panadero sa bahay o baguhan sa kusina, ang compilation na ito ng mga no-bake treat ay siguradong magpapaangat ng iyong dessert game sa bagong taas. Ang PROTEIN WAFERS WALANG BAKING, isang culinary maestro na kilala sa kanyang mga makabago at naa-access na mga recipe, ay nag-curate ng seleksyon na tumutugon sa magkakaibang panlasa at kagustuhan. Mula sa mga creamy cheesecake hanggang sa malutong na cookies, ang bawat treat ay ginawa nang may katumpakan at isang dash ng pagkamalikhain. Humanda sa pagsaliksik sa isang mundo kung saan ang kawalan ng oven ay hindi humahadlang sa paglikha ng mga katakam-takam na obra maestra. Ang kagandahan ng mga no-bake recipe ay nakasalalay sa kanilang pagiging simple at kahusayan. Iniimbitahan ka ng koleksyon ng PROTEIN WAFERS WALANG BAKING na tuklasin ang napakaraming posibilidad ng paglikha ng mga masaganang dessert nang walang karaniwang proseso ng pagluluto. Kapos ka man sa oras, kulang sa oven access, o naghahanap lang ng walang problemang paraan para masiyahan ang iyong matamis na ngipin, ang mga no-bake treat na ito ay nag-aalok ng solusyon na parehong maginhawa at masarap. Ang mga recipe sa loob ng mga page na ito ay sumasaklaw sa isang spectrum ng mga lasa, mula sa mga klasikong chocolate delight hanggang sa mga kakaibang likhang pinalamanan ng prutas. Tinitiyak ng masusing mga tagubilin at tip ng PROTEIN WAFERS WALANG BAKING na kahit na ang mga baguhan na panadero ay matagumpay na makakamit ang mga mapagbigay na pagkain na ito. Humanda kang mamangha sa kadalian kung saan maaari kang lumikha ng mga kahanga-hangang dessert na hindi lamang kahanga-hangang hitsura ngunit din lasa ng banal.

CAKE AT LOAF CAKE

1. Cinnamon Apple Cake

MGA INGREDIENTS:
- 2 tasang graham cracker crumbs
- 1/2 tasa unsalted butter, natunaw
- 2 tasang pinong tinadtad na mansanas
- 1 kutsarita ng kanela
- 1 tasang whipped cream
- Caramel sauce para sa drizzling

INSTRUCTIONS:
a) Sa isang mangkok, paghaluin ang graham cracker crumbs na may tinunaw na mantikilya.
b) Pindutin ang pinaghalong sa base ng isang may linya na kawali para mabuo ang crust.
c) Sa isa pang mangkok, pagsamahin ang tinadtad na mansanas at kanela.
d) Ilagay ang pinaghalong mansanas sa ibabaw ng crust.
e) Itaas ang whipped cream at lagyan ng caramel sauce.
f) Palamigin ng ilang oras bago hiwain at ihain.

2.Cinnamon Swirl Banana Bread

MGA INGREDIENTS:
- 2 tasang dinurog na graham crackers
- 1/2 tasa ng tinunaw na langis ng niyog
- 2 hinog na saging, minasa
- 1 kutsarita ng kanela
- 1 tasa ng cream cheese, pinalambot
- 1/4 tasa ng pulot

INSTRUCTIONS:
a) Paghaluin ang dinurog na graham crackers na may tinunaw na langis ng niyog at pindutin sa isang may linya na kawali para sa crust.
b) Sa isang mangkok, pagsamahin ang minasa na saging at kanela.
c) Ipatong ang pinaghalong saging sa ibabaw ng crust.
d) Sa isa pang mangkok, latigo ang cream cheese na may pulot at iikot ito sa layer ng saging.
e) Palamigin ng ilang oras bago hiwain.

3.Cake ng Paaralan

MGA INGREDIENTS:
- 2 tasa ng digestive biscuit crumbs
- 1/2 tasa ng tinunaw na mantikilya
- 1 tasang matamis na condensed milk
- 1 tasang tuyo na niyog
- 1 tasang pinaghalong pinatuyong prutas (mga pasas, sultana, currant)

INSTRUCTIONS:
a) Paghaluin ang mga mumo ng digestive biscuit na may tinunaw na mantikilya at pindutin sa isang may linya na kawali para sa base.
b) Sa isang mangkok, pagsamahin ang condensed milk, desiccated coconut, at mixed dried fruit.
c) Ikalat ang pinaghalong sa ibabaw ng crust.
d) Palamigin hanggang itakda, pagkatapos ay hiwain at ihain.

4. Lemon Drizzle Loaf Cake – Starbucks Style

MGA INGREDIENTS:
- 2 tasang durog na cookies na may lasa ng lemon
- 1/2 tasa ng tinunaw na puting tsokolate
- 1 tasang whipped cream
- Sarap ng 2 lemon
- Mga hiwa ng lemon para sa dekorasyon

INSTRUCTIONS:
a) Paghaluin ang durog na lemon cookies na may tinunaw na puting tsokolate at pindutin sa isang may linya na kawali para sa crust.
b) Ikalat ang whipped cream sa ibabaw ng crust.
c) Budburan ng lemon zest sa ibabaw at palamutihan ng mga hiwa ng lemon.
d) Palamigin hanggang itakda, pagkatapos ay hiwain at i-enjoy.

5. White Chocolate Blueberry Loaf Cake

MGA INGREDIENTS:
- 2 tasang vanilla wafer crumbs
- 1/2 tasa ng tinunaw na puting tsokolate
- 1 tasang sariwang blueberries
- 1 tasa ng vanilla yogurt

INSTRUCTIONS:
a) Paghaluin ang mga mumo ng vanilla wafer na may tinunaw na puting tsokolate at pindutin sa isang may linya na kawali para sa crust.
b) Ilagay ang mga sariwang blueberry sa ibabaw ng crust.
c) Itaas ang vanilla yogurt.
d) Palamigin hanggang itakda, pagkatapos ay hiwain at ihain.

6.Chocolate Fudge Loaf Cake

MGA INGREDIENTS:
- 2 tasang chocolate cookie crumbs
- 1/2 tasa ng tinunaw na dark chocolate
- 1 tasang chocolate fudge sauce
- 1 tasang whipped cream

INSTRUCTIONS:
a) Paghaluin ang chocolate cookie crumbs na may tinunaw na dark chocolate at pindutin sa isang lined loaf pan para sa crust.
b) Ikalat ang isang layer ng chocolate fudge sauce sa ibabaw ng crust.
c) Itaas na may whipped cream.
d) Palamigin hanggang sa itakda, pagkatapos ay hiwain at magpakasawa.

7. Lotus Biscoff Loaf Cake

MGA INGREDIENTS:
- 2 tasang Lotus Biscoff cookie crumbs
- 1/2 tasa ng tinunaw na mantikilya
- 1 tasang cream cheese
- 1/4 tasa ng asukal sa pulbos
- Ang Lotus Biscoff ay kumalat para sa pag-ambon

INSTRUCTIONS:
a) Paghaluin ang mga mumo ng cookie ng Lotus Biscoff na may tinunaw na mantikilya at pindutin sa isang may linya na kawali para sa crust.
b) Sa isang mangkok, timpla ang cream cheese na may powdered sugar at ikalat sa ibabaw ng crust.
c) Drizzle Lotus Biscoff kumalat sa itaas.
d) Palamigin hanggang itakda, pagkatapos ay hiwain at i-enjoy.

8. Ultimate Chocolate Poke Cake

MGA INGREDIENTS:
- 2 tasang chocolate cake mumo
- 1/2 tasa ng chocolate ganache
- 1 tasang chocolate mousse
- Whipped cream para sa topping

INSTRUCTIONS:
a) Paghaluin ang mga mumo ng chocolate cake na may tsokolate ganache at pindutin sa isang may linya na kawali para sa base.
b) Sundutin ang mga butas sa cake at punuin ang mga ito ng chocolate mousse.
c) Itaas na may whipped cream.
d) Palamigin hanggang itakda, pagkatapos ay hiwain at magpakasawa sa pinakahuling karanasan sa tsokolate.

9.Super Moist Carrot Cake

MGA INGREDIENTS:
- 2 tasa ng pinong gadgad na karot
- 1/2 tasa ng dinurog na pinya, pinatuyo
- 1 tasang hinimay na niyog
- 1 tasa tinadtad na mga walnuts
- 1 tasa cream cheese frosting

INSTRUCTIONS:
a) Pagsamahin ang grated carrots, durog na pinya, ginutay-gutay na niyog, at tinadtad na mga walnut sa isang mangkok.
b) Haluin sa cream cheese frosting hanggang sa maayos na pinagsama.
c) Pindutin ang timpla sa isang may linya na kawali.
d) Palamigin hanggang itakda, pagkatapos ay hiwain at tamasahin ang mamasa-masa at masarap na carrot cake.

COOKIE DOUGH RECIPES

10. Cookie Dough Skillet

MGA INGREDIENTS:
- 1 tasang nakakain na cookie dough
- 1/2 tasa ng chocolate chips
- 1/4 tasa ng mini marshmallow
- Graham crackers para sa paglubog

INSTRUCTIONS:
a) Pindutin ang edible cookie dough sa isang kawali.
b) Budburan ng chocolate chips at mini marshmallow sa ibabaw ng cookie dough.
c) Ilagay ang kawali sa refrigerator hanggang sa matibay.
d) Ihain kasama ng graham crackers para isawsaw.

11. Ang Ultimate Oreo Brookie

MGA INGREDIENTS:
- 1 tasang dinurog na Oreo crumbs
- 1/2 tasa chocolate chip cookie dough
- 1/2 tasa ng brownie batter
- Whipped cream para sa topping

INSTRUCTIONS:
a) Pindutin ang durog na Oreo crumbs sa isang may linyang loaf pan para sa base.
b) Pindutin ang isang layer ng chocolate chip cookie dough sa ibabaw ng Oreo base.
c) Ibuhos ang brownie batter sa ibabaw ng cookie dough.
d) Palamigin hanggang itakda, pagkatapos ay hiwain at lagyan ng whipped cream.

12. Mga Red Velvet Cookie Dough Bar

MGA INGREDIENTS:
- 2 tasang red velvet cookie dough
- 1 tasang puting tsokolate chips
- Cream cheese frosting para sa drizzling

INSTRUCTIONS:
a) Pindutin ang pulang velvet cookie dough sa isang may linya na kawali.
b) Budburan ng puting chocolate chips ang cookie dough.
c) Ibuhos ang cream cheese frosting sa itaas.
d) Palamigin hanggang itakda, pagkatapos ay gupitin sa mga bar at ihain.

13. No-Bake Chocolate Chip Cookie Dough

MGA INGREDIENTS:
- 2 tasang nakakain na chocolate chip cookie dough
- 1 tasa ng mini chocolate chips

INSTRUCTIONS:
a) Paghaluin ang mini chocolate chips sa nakakain na chocolate chip cookie dough.
b) Bumuo ng halo sa mga bola na kasing laki ng kagat.
c) Palamigin hanggang sa matigas, pagkatapos ay tamasahin ang walang bake na chocolate chip cookie dough bites.

14.Mga Chocolate Chip Cookie Dough Bar

MGA INGREDIENTS:
- 2 tasang nakakain na chocolate chip cookie dough
- 1 tasang chocolate chips (gatas o maitim)
- 1/2 tasa unsalted butter, natunaw
- 1 tasang may pulbos na asukal
- 1 kutsarita vanilla extract
- Kurot ng asin

INSTRUCTIONS:
a) Sa isang mixing bowl, pagsamahin ang edible chocolate chip cookie dough na may tinunaw na mantikilya, powdered sugar, vanilla extract, at isang kurot ng asin. Haluin hanggang sa maayos na pinagsama.
b) Iguhit ang isang parisukat o hugis-parihaba na kawali na may parchment paper, na nag-iiwan ng kaunting overhang para madaling matanggal.
c) Pindutin ang kalahati ng pinaghalong cookie dough nang pantay-pantay sa ilalim ng kawali upang gawin ang unang layer.
d) Matunaw ang chocolate chips sa microwave-safe bowl o gamit ang double boiler.
e) Ibuhos ang isang layer ng tinunaw na tsokolate sa ibabaw ng cookie dough sa kawali, ikalat ito nang pantay-pantay gamit ang isang spatula.
f) Ilagay ang kawali sa refrigerator upang itakda ang layer ng tsokolate para sa mga 10-15 minuto.
g) Kapag naitakda na ang layer ng tsokolate, pantay na ikalat ang natitirang pinaghalong cookie dough sa layer ng tsokolate upang gawin ang tuktok na layer.
h) Ibuhos ang isa pang layer ng tinunaw na tsokolate sa itaas at ikalat ito nang pantay-pantay.
i) Palamigin ang mga bar nang hindi bababa sa 2-3 oras, o hanggang sa ganap na maitakda.
j) Kapag naitakda na, gamitin ang parchment paper na overhang upang iangat ang mga bar mula sa kawali. Ilagay sa isang cutting board at gupitin sa mga parisukat.
k) Ihain at tangkilikin ang masarap na walang-bake na Chocolate Chip Cookie Dough Bar na ito!

CHEESECAKES, TARTS at PIES

15. No-Bake Cookie Crumble Cheesecake

MGA INGREDIENTS:
- 2 tasang cookie crumbs
- ½ tasang unsalted butter, natunaw
- 16 oz cream cheese, pinalambot
- 1 tasang may pulbos na asukal
- 1 kutsarita vanilla extract
- 1 tasang mabigat na cream
- Mga mumo ng cookie para sa dekorasyon (opsyonal)

INSTRUCTIONS:
a) Sa isang mangkok ng paghahalo, pagsamahin ang mga mumo ng cookie at tinunaw na mantikilya. Haluin hanggang ang mga mumo ay pantay na pinahiran.
b) Pindutin ang timpla sa ilalim ng isang 9-inch springform pan na may mantika o may linya upang mabuo ang crust.
c) Ilagay sa refrigerator upang palamig habang inihahanda ang pagpuno.
d) Sa isang hiwalay na mangkok ng paghahalo, talunin ang cream cheese, powdered sugar, at vanilla extract hanggang makinis at mag-atas.
e) Sa isa pang mangkok, hagupitin ang mabigat na cream hanggang sa mabuo ang stiff peak.
f) Dahan-dahang tiklupin ang whipped cream sa pinaghalong cream cheese hanggang sa ganap na maisama.
g) Ibuhos ang pagpuno sa inihandang crust, ikalat ito nang pantay-pantay.
h) Budburan ang mga karagdagang cookie crumbs sa ibabaw kung ninanais.
i) Palamigin ang cheesecake nang hindi bababa sa 4 na oras o hanggang itakda.
j) Hatiin at ihain ang masarap na no-bake cookie crumble cheesecake na ito!

16. Walang-Bake Blueberry Pie

MGA INGREDIENTS:
- 1 inihandang graham cracker crust
- 4 na tasang sariwang blueberries
- ½ tasa ng butil na asukal
- ¼ tasa ng gawgaw
- ¼ kutsarita ng asin
- 1 kutsarang lemon juice
- Whipped cream o vanilla ice cream (opsyonal, para sa paghahatid)

INSTRUCTIONS:
a) Sa isang kasirola, pagsamahin ang 2 tasa ng blueberries, asukal, cornstarch, asin, at lemon juice.
b) Magluto sa katamtamang init, madalas na pagpapakilos hanggang sa lumapot ang timpla at pumutok ang mga blueberry, na naglalabas ng kanilang katas.
c) Alisin mula sa init at hayaang lumamig ang timpla ng ilang minuto.
d) Haluin ang natitirang 2 tasa ng sariwang blueberries.
e) Ibuhos ang blueberry filling sa inihandang graham cracker crust, ikalat ito nang pantay-pantay.
f) Palamigin ang pie nang hindi bababa sa 2-3 oras o hanggang itakda.
g) Ihain ang pinalamig, nilagyan ng whipped cream o vanilla ice cream kung ninanais.

17. No-Bake Peach Pie

MGA INGREDIENTS:
- 1 inihandang graham cracker crust
- 4 na tasang sariwang mga milokoton, binalatan at hiniwa
- ½ tasa ng butil na asukal
- 2 kutsarang gawgaw
- ¼ kutsarita ng giniling na kanela
- Whipped cream o vanilla ice cream (opsyonal, para sa paghahatid)

INSTRUCTIONS:
a) Sa isang kasirola, pagsamahin ang hiniwang mga peach, asukal, cornstarch, at giniling na kanela.
b) Lutuin sa katamtamang init, madalas na pagpapakilos, hanggang sa lumapot ang timpla at lumambot ang mga peach.
c) Alisin mula sa init at hayaang lumamig ang pagpuno ng peach sa loob ng ilang minuto.
d) Ibuhos ang pagpuno ng peach sa inihandang graham cracker crust, ikalat ito nang pantay-pantay.
e) Palamigin ang pie nang hindi bababa sa 2-3 oras o hanggang itakda.
f) Ihain ang pinalamig, nilagyan ng whipped cream o isang scoop ng vanilla ice cream kung gusto.

18. Walang-Bake Pumpkin Pie

MGA INGREDIENTS:
- 1 inihandang graham cracker crust
- 1 tasa ng de-latang pumpkin puree
- ½ tasa ng butil na asukal
- ½ kutsarita pumpkin pie spice
- ¼ kutsarita ng asin
- 1 tasang mabigat na cream
- Whipped cream para sa dekorasyon (opsyonal)

INSTRUCTIONS:
a) Sa isang mixing bowl, pagsamahin ang canned pumpkin puree, granulated sugar, pumpkin pie spice, at asin. Haluin hanggang sa maayos na pinagsama.
b) Sa isang hiwalay na mangkok ng paghahalo, hagupitin ang mabigat na cream hanggang sa mabuo ang stiff peak.
c) Dahan-dahang tiklupin ang whipped cream sa pinaghalong pumpkin hanggang sa ganap na maisama.
d) Ibuhos ang pagpuno ng kalabasa sa inihandang graham cracker crust, ikalat ito nang pantay-pantay.
e) Palamigin ang pie nang hindi bababa sa 2-3 oras o hanggang itakda.
f) Ihain nang pinalamig, at kung ninanais, palamutihan ng whipped cream.

19. Walang-Bake Chocolate Ricotta Pie

MGA INGREDIENTS:
- 1 ½ tasang chocolate cookie crumbs
- ¼ tasa unsalted butter, natunaw
- 2 tasang ricotta cheese
- ½ tasang may pulbos na asukal
- 1 kutsarita vanilla extract
- 1 tasang mabigat na cream
- Chocolate shavings para sa dekorasyon (opsyonal)

INSTRUCTIONS:
a) Sa isang mixing bowl, pagsamahin ang chocolate cookie crumbs at tinunaw na mantikilya. Haluin hanggang ang mga mumo ay pantay na pinahiran.
b) Pindutin ang timpla sa ilalim ng isang 9-inch springform pan na may mantika o may linya upang mabuo ang crust. Ilagay sa refrigerator upang palamig habang inihahanda ang pagpuno.
c) Sa isang hiwalay na mangkok ng paghahalo, talunin ang ricotta cheese, powdered sugar, at vanilla extract hanggang sa makinis.
d) Sa isa pang mangkok, latigo ang mabibigat na cream hanggang sa mabuo ang stiff peak.
e) Dahan-dahang tiklupin ang whipped cream sa pinaghalong ricotta hanggang sa ganap na maisama.
f) Ibuhos ang pagpuno sa inihandang crust, ikalat ito nang pantay-pantay.
g) Palamigin ang pie nang hindi bababa sa 4 na oras o hanggang itakda.
h) Bago ihain, palamutihan ng chocolate shavings kung ninanais.
i) Hiwain at tangkilikin ang creamy at chocolatey na no-bake na ricotta pie na ito!

20. No-Bake Creamy Yogurt Pie

MGA INGREDIENTS:
- 1 ½ tasa ng graham cracker crumbs
- ¼ tasa unsalted butter, natunaw
- 16 oz plain o vanilla yogurt
- 8 oz cream cheese, pinalambot
- ½ tasang may pulbos na asukal
- 1 kutsarita vanilla extract
- Sariwang prutas para sa topping (tulad ng mga berry, hiniwang peach, o kiwi)

INSTRUCTIONS:
a) Sa isang mixing bowl, pagsamahin ang graham cracker crumbs at tinunaw na mantikilya. Haluin hanggang ang mga mumo ay pantay na pinahiran.
b) Pindutin ang pinaghalong sa ilalim ng isang 9-inch pie dish na may mantika o may linya upang mabuo ang crust. Ilagay sa refrigerator upang palamig habang inihahanda ang pagpuno.
c) Sa isang hiwalay na mangkok ng paghahalo, talunin ang yogurt, cream cheese, powdered sugar, at vanilla extract hanggang makinis at mag-atas.
d) Ibuhos ang pagpuno sa inihandang crust, ikalat ito nang pantay-pantay.
e) Itaas ang pie na may sariwang prutas na gusto mo.
f) Palamigin ang pie nang hindi bababa sa 4 na oras o hanggang itakda.
g) Hatiin at ihain ang nakakapreskong at creamy na walang-bake na yogurt pie na ito!

21. No-Bake Ice Cream Pie

MGA INGREDIENTS:
- 2 tasang cookie crumbs (tulad ng graham cracker o chocolate cookie crumbs)
- ½ tasang unsalted butter, natunaw
- 1 quart (4 na tasa) ng ice cream na gusto mo, pinalambot
- Whipped cream, chocolate sauce, o caramel sauce para sa topping

INSTRUCTIONS:
a) Sa isang mangkok ng paghahalo, pagsamahin ang mga mumo ng cookie at tinunaw na mantikilya. Haluin hanggang ang mga mumo ay pantay na pinahiran.
b) Pindutin ang pinaghalong sa ilalim ng isang 9-inch pie dish na may mantika o may linya upang mabuo ang crust. Ilagay sa refrigerator upang palamig habang inihahanda ang pagpuno.
c) Ikalat ang pinalambot na ice cream sa ibabaw ng inihandang crust, pakinisin ito sa isang pantay na layer.
d) Ilagay ang pie sa freezer at hayaan itong mag-freeze nang hindi bababa sa 4 na oras o hanggang sa ma-set.
e) Bago ihain, palamutihan ng whipped cream, chocolate sauce, o caramel sauce kung gusto.
f) Hatiin at tangkilikin ang cool at nakakapreskong no-bake ice cream pie na ito!

22. No-Bake Pineapple Chiffon Cheesecake

MGA INGREDIENTS:
- 1 ½ tasa ng graham cracker crumbs
- ¼ tasa unsalted butter, natunaw
- 8 oz light cream cheese, pinalambot
- ½ tasang may pulbos na asukal
- 1 lata (20 oz) durog na pinya, pinatuyo
- 1 tasang whipped topping (tulad ng Cool Whip o homemade whipped cream)

INSTRUCTIONS:
a) Sa isang mixing bowl, pagsamahin ang graham cracker crumbs at tinunaw na mantikilya. Haluin hanggang ang mga mumo ay pantay na pinahiran.
b) Pindutin ang pinaghalong sa ilalim ng isang 9-inch pie dish na may mantika o may linya upang mabuo ang crust. Ilagay sa refrigerator upang palamig habang inihahanda ang pagpuno.
c) Sa isang hiwalay na mangkok ng paghahalo, talunin ang light cream cheese at powdered sugar hanggang makinis at mag-atas.
d) I-fold ang tinadtad na durog na pinya at whipped topping hanggang sa maayos na pinagsama.
e) Ibuhos ang pagpuno sa inihandang crust, ikalat ito nang pantay-pantay.
f) Palamigin ang cheesecake nang hindi bababa sa 4 na oras o hanggang itakda.
g) Hiwain at tangkilikin ang magaan at nakakapreskong no-bake na pineapple chiffon cheesecake na ito!

23.No-Bake Eggnog Cheesecake

MGA INGREDIENTS:
- 1 ½ tasa ng gingersnap cookie crumbs
- ¼ tasa unsalted butter, natunaw
- 16 oz cream cheese, pinalambot
- 1 tasang may pulbos na asukal
- 1 kutsarita vanilla extract
- ½ kutsarita ng ground nutmeg
- ½ tasang eggnog
- Whipped cream at ground nutmeg para sa dekorasyon (opsyonal)

INSTRUCTIONS:

a) Sa isang mixing bowl, pagsamahin ang gingersnap cookie crumbs at tinunaw na mantikilya. Haluin hanggang ang mga mumo ay pantay na pinahiran.

b) Pindutin ang timpla sa ilalim ng isang 9-inch springform pan na may mantika o may linya upang mabuo ang crust. Ilagay sa refrigerator upang palamig habang inihahanda ang pagpuno.

c) Sa isang hiwalay na mangkok ng paghahalo, talunin ang cream cheese, powdered sugar, vanilla extract, at ground nutmeg hanggang makinis at mag-atas.

d) Dahan-dahang idagdag ang eggnog sa pinaghalong cream cheese, matalo hanggang sa maayos na maisama.

e) Ibuhos ang pagpuno sa inihandang crust, ikalat ito nang pantay-pantay.

f) Palamigin ang cheesecake nang hindi bababa sa 4 na oras o hanggang itakda.

g) Bago ihain, palamutihan ng whipped cream at isang pagwiwisik ng ground nutmeg kung ninanais.

h) Hiwain at tangkilikin ang maligaya at masarap na no-bake eggnog cheesecake na ito!

24. No-Bake Philly Summer Cheesecake

MGA INGREDIENTS:
- 2 tasang graham cracker crumbs
- ½ tasang unsalted butter, natunaw
- 2 (8-onsa) na pakete ng cream cheese, pinalambot
- 1 tasang may pulbos na asukal
- 1 kutsarita vanilla extract
- 1 tasang mabigat na cream
- ¼ tasa sariwang lemon juice
- Sarap ng 1 lemon
- Mga sariwang berry o prutas na gusto mo para sa topping

INSTRUCTIONS:
a) Sa isang medium bowl, pagsamahin ang graham cracker crumbs at tinunaw na mantikilya. Haluin hanggang ang mga mumo ay pantay na nababalutan ng mantikilya.
b) Pindutin ang pinaghalong mumo sa ilalim ng 9-pulgadang springform pan, na lumilikha ng pantay na layer. Ilagay ang kawali sa refrigerator upang palamig habang inihahanda ang pagpuno.
c) Sa isang malaking mangkok ng paghahalo, talunin ang cream cheese hanggang sa makinis at mag-atas.
d) Idagdag ang powdered sugar at vanilla extract sa cream cheese at patuloy na talunin hanggang sa maayos at malambot.
e) Sa isang hiwalay na mangkok, hagupitin ang mabigat na cream hanggang sa mabuo ang mga stiff peak.
f) Dahan-dahang tiklupin ang whipped cream sa pinaghalong cream cheese.
g) Idagdag ang sariwang lemon juice at lemon zest sa pagpuno at tiklupin hanggang sa maayos ang lahat.
h) Alisin ang springform pan mula sa refrigerator at ibuhos ang pagpuno sa graham cracker crust, pakinisin ang tuktok gamit ang isang spatula.
i) Takpan ang kawali gamit ang plastic wrap at palamigin nang hindi bababa sa 4 na oras o magdamag upang maitakda.
j) Bago ihain, maingat na alisin ang mga gilid ng springform pan.
k) Itaas ang cheesecake na may mga sariwang berry o prutas na gusto mo.
l) Hiwain at ihain nang pinalamig. Enjoy!

25. No-Bake Apricot Chiffon Cheesecake

MGA INGREDIENTS:
- 2 tasang graham cracker crumbs
- ½ tasang unsalted butter, natunaw
- 1 (8-onsa) na pakete ng cream cheese, pinalambot
- ½ tasang may pulbos na asukal
- 1 kutsarita vanilla extract
- 1 tasang mabigat na cream, hinagupit
- 1 tasang apricot pinapanatili
- 1 kutsarang gulaman
- ¼ tasa ng tubig

INSTRUCTIONS:
a) Sundin ang mga hakbang 1-6 mula sa nakaraang recipe upang ihanda ang graham cracker crust at cream cheese filling.
b) Sa isang maliit na mangkok na ligtas sa microwave, iwisik ang gelatin sa ibabaw ng tubig at hayaan itong umupo ng 5 minuto upang lumambot.
c) I-microwave ang gelatin mixture ng mga 20 segundo o hanggang sa tuluyang matunaw ang gelatin. Hayaang lumamig nang bahagya.
d) Sa isang hiwalay na mangkok, latigo ang mabigat na cream hanggang sa mabuo ang malambot na mga taluktok.
e) Dahan-dahang tiklupin ang whipped cream sa pinaghalong cream cheese.
f) Dahan-dahang ibuhos ang pinalamig na gelatin mixture sa cream cheese mixture habang patuloy na natitiklop.
g) Ikalat ang apricot preserves sa graham cracker crust.
h) Ibuhos ang pinaghalong cream cheese sa mga pinapanatili, ikalat ito nang pantay-pantay.
i) Takpan ang kawali gamit ang plastic wrap at palamigin nang hindi bababa sa 4 na oras o magdamag upang maitakda.
j) Kapag naitakda na, alisin ang mga gilid ng springform pan at hiwain ang cheesecake para ihain. Tangkilikin ang malambot at nakakatuwang no-bake apricot chiffon cheesecake!

26. Walang-Bake Fresh Fruit Tart

MGA INGREDIENTS:
- 1 ½ tasa ng graham cracker crumbs
- ¼ tasa unsalted butter, natunaw
- 8 oz cream cheese, pinalambot
- ½ tasang may pulbos na asukal
- 1 kutsarita vanilla extract
- Sari-saring sariwang prutas para sa topping
- Fruit glaze o honey para sa drizzling (opsyonal)

INSTRUCTIONS:
a) Sa isang mixing bowl, pagsamahin ang graham cracker crumbs at tinunaw na mantikilya. Haluin hanggang ang mga mumo ay pantay na pinahiran.
b) Pindutin ang halo sa ilalim ng isang greased o may linya na 9-inch tart pan upang mabuo ang crust. Ilagay sa refrigerator upang palamig habang inihahanda ang pagpuno.
c) Sa isang hiwalay na mangkok ng paghahalo, talunin ang cream cheese, powdered sugar, at vanilla extract hanggang makinis at mag-atas.
d) Ikalat ang cream cheese filling sa inihandang crust, ikalat ito nang pantay-pantay.
e) Ayusin ang sari-saring sariwang prutas sa ibabaw ng palaman.
f) Magpahid ng fruit glaze o honey para sa dagdag na tamis kung ninanais.
g) Palamigin ang tart sa loob ng hindi bababa sa 1 oras o hanggang itakda.
h) Hiwain at ihain itong makulay at nakakapreskong walang lutong sariwang prutas na tart!

27.No-Bake Strawberry Tartlets

MGA INGREDIENTS:
- 1 ½ tasa ng graham cracker crumbs
- ⅓ tasa ng tinunaw na mantikilya
- 8 oz cream cheese, pinalambot
- ½ tasang may pulbos na asukal
- 1 tsp vanilla extract
- 1 tasang sariwang strawberry, hiniwa

INSTRUCTIONS:
a) Sa isang mangkok, pagsamahin ang graham cracker crumbs at tinunaw na mantikilya hanggang sa maihalo.
b) Pindutin ang pinaghalong mumo sa ilalim ng tartlet molds o mini muffin cups upang mabuo ang crust.
c) Sa isang hiwalay na mangkok, talunin ang cream cheese, powdered sugar, at vanilla extract hanggang makinis.
d) Kutsara ang cream cheese mixture sa tartlet crusts at pakinisin ang mga tuktok.
e) Itaas ang bawat tartlet na may mga sariwang hiwa ng strawberry.
f) Palamigin nang hindi bababa sa 1 oras bago ihain.

28. No-Bake Lemon Tart

MGA INGREDIENTS:
- 1 ½ tasa ng graham cracker crumbs
- ⅓ tasa ng tinunaw na mantikilya
- 8 oz cream cheese, pinalambot
- ½ tasang may pulbos na asukal
- ¼ tasa ng sariwang kinatas na lemon juice
- 1 tsp lemon zest
- Whipped cream para sa topping (opsyonal)

INSTRUCTIONS:
a) Sa isang mangkok, pagsamahin ang graham cracker crumbs at tinunaw na mantikilya hanggang sa maihalo.
b) Pindutin ang pinaghalong mumo sa ilalim ng isang tart pan upang mabuo ang crust.
c) Sa isang hiwalay na mangkok, talunin ang cream cheese, powdered sugar, lemon juice, at lemon zest hanggang makinis.
d) Ikalat ang pinaghalong cream cheese sa ibabaw ng crust sa tart pan.
e) Palamigin nang hindi bababa sa 2 oras upang itakda.
f) Ibabaw ng whipped cream bago ihain (opsyonal).

29. No-Bake Chocolate Peanut Butter Tart

MGA INGREDIENTS:
- 2 tasang chocolate cookie crumbs
- ½ tasang tinunaw na mantikilya
- 1 tasang creamy peanut butter
- 8 oz cream cheese, pinalambot
- 1 tasang may pulbos na asukal
- 1 tsp vanilla extract
- 1 tasang mabigat na cream, hinagupit
- Chocolate shavings para sa dekorasyon

INSTRUCTIONS:
a) Sa isang mangkok, pagsamahin ang chocolate cookie crumbs at tinunaw na mantikilya hanggang sa maihalo.
b) Pindutin ang pinaghalong mumo sa ilalim ng isang tart pan upang mabuo ang crust.
c) Sa isang hiwalay na mangkok, talunin ang peanut butter, cream cheese, powdered sugar, at vanilla extract hanggang makinis.
d) Tiklupin ang whipped cream.
e) Ikalat ang peanut butter mixture sa ibabaw ng crust sa tart pan.
f) Palamigin ng hindi bababa sa 4 na oras upang itakda.
g) Palamutihan ng chocolate shavings bago ihain.

30. No-Bake Raspberry Almond Tartlets

MGA INGREDIENTS:
- 1 ½ tasa ng almond meal
- ¼ tasa ng tinunaw na langis ng niyog
- ¼ tasa ng maple syrup
- 8 oz cream cheese, pinalambot
- ½ tasang may pulbos na asukal
- 1 tsp almond extract
- Mga sariwang raspberry para sa topping

INSTRUCTIONS:
a) Sa isang mangkok, pagsamahin ang almond meal, tinunaw na langis ng niyog, at maple syrup hanggang sa maihalo.
b) Pindutin ang almond mixture sa ilalim ng tartlet molds o mini muffin cups para mabuo ang crust.
c) Sa isang hiwalay na mangkok, talunin ang cream cheese, powdered sugar, at almond extract hanggang makinis.
d) Kutsara ang cream cheese mixture sa tartlet crusts at pakinisin ang mga tuktok.
e) Itaas ang bawat tartlet na may mga sariwang raspberry.
f) Palamigin nang hindi bababa sa 1 oras bago ihain.

31. No-Bake Oreo Mint Tart

MGA INGREDIENTS:
- 2 tasang Oreo cookie crumbs
- ½ tasang tinunaw na mantikilya
- 8 oz cream cheese, pinalambot
- ½ tasang may pulbos na asukal
- 1 tsp peppermint extract
- Pangkulay ng berdeng pagkain (opsyonal)
- Whipped cream para sa topping
- Chocolate syrup para sa drizzling

INSTRUCTIONS:
a) Sa isang mangkok, pagsamahin ang Oreo cookie crumbs at tinunaw na mantikilya hanggang sa maihalo.
b) Pindutin ang pinaghalong mumo sa ilalim ng isang tart pan upang mabuo ang crust.
c) Sa isang hiwalay na mangkok, talunin ang cream cheese, powdered sugar, peppermint extract, at green food coloring (kung ginagamit) hanggang makinis.
d) Ikalat ang pinaghalong cream cheese sa ibabaw ng crust sa tart pan.
e) Palamigin nang hindi bababa sa 2 oras upang itakda.
f) Itaas ang whipped cream at lagyan ng chocolate syrup bago ihain.

32. No-Bake Mango Coconut Tartlets

MGA INGREDIENTS:
- 1 ½ tasang coconut flakes
- ¼ tasa ng tinunaw na langis ng niyog
- ¼ tasang pulot
- 8 oz cream cheese, pinalambot
- ½ tasang may pulbos na asukal
- 1 tsp vanilla extract
- Mga sariwang hiwa ng mangga para sa topping

INSTRUCTIONS:
a) Sa isang mangkok, pagsamahin ang coconut flakes, tinunaw na langis ng niyog, at pulot hanggang sa maihalo.
b) Pindutin ang pinaghalong niyog sa ilalim ng tartlet molds o mini muffin cups para mabuo ang crust.
c) Sa isang hiwalay na mangkok, talunin ang cream cheese, powdered sugar, at vanilla extract hanggang makinis.
d) Kutsara ang cream cheese mixture sa tartlet crusts at pakinisin ang mga tuktok.
e) Ibabaw ang bawat tartlet na may mga sariwang hiwa ng mangga.
f) Palamigin nang hindi bababa sa 1 oras bago ihain.

33. No-Bake Caramel Pecan Tart

MGA INGREDIENTS:
- 2 tasang graham cracker crumbs
- ½ tasang tinunaw na mantikilya
- 1 tasang caramel sauce
- 8 oz cream cheese, pinalambot
- ½ tasang may pulbos na asukal
- 1 tsp vanilla extract
- Tinadtad na pecans para sa topping

INSTRUCTIONS:
a) Sa isang mangkok, pagsamahin ang graham cracker crumbs at tinunaw na mantikilya hanggang sa maihalo.
b) Pindutin ang pinaghalong mumo sa ilalim ng isang tart pan upang mabuo ang crust.
c) Ikalat ang caramel sauce sa ibabaw ng crust sa tart pan.
d) Sa isang hiwalay na mangkok, talunin ang cream cheese, powdered sugar, at vanilla extract hanggang makinis.
e) Ikalat ang pinaghalong cream cheese sa ibabaw ng caramel layer.
f) Itaas ang tinadtad na pecans.
g) Palamigin nang hindi bababa sa 2 oras upang itakda.

34. No-Bake Chocolate Banana Tart

MGA INGREDIENTS:
- 1 ½ tasang chocolate cookie crumbs
- ⅓ tasa ng tinunaw na mantikilya
- 8 oz cream cheese, pinalambot
- ½ tasang may pulbos na asukal
- 2 hinog na saging, hiniwa
- Chocolate sauce para sa topping

INSTRUCTIONS:
a) Sa isang mangkok, pagsamahin ang chocolate cookie crumbs at tinunaw na mantikilya hanggang sa maihalo.
b) Pindutin ang pinaghalong mumo sa ilalim ng isang tart pan upang mabuo ang crust.
c) Sa isang hiwalay na mangkok, talunin ang cream cheese at powdered sugar hanggang makinis.
d) Ikalat ang pinaghalong cream cheese sa ibabaw ng crust sa tart pan.
e) Ayusin ang mga hiwa ng saging sa ibabaw ng layer ng cream cheese.
f) Ibuhos ang chocolate sauce sa ibabaw ng saging.
g) Palamigin nang hindi bababa sa 2 oras upang itakda.

35.Kinder Stuffed Cookie Pie

MGA INGREDIENTS:
- 2 tasang chocolate chip cookie dough
- 8 Kinder chocolate bar (o katulad)
- 1/2 tasa ng hazelnuts, tinadtad (opsyonal)

INSTRUCTIONS:
a) Painitin muna ang iyong oven sa 350°F (175°C).
b) Pindutin ang kalahati ng cookie dough sa ilalim ng isang pie dish.
c) Ilagay ang mga Kinder chocolate bar nang pantay-pantay sa ibabaw ng kuwarta.
d) Itaas ang natitirang cookie dough, na tinatakpan ang mga chocolate bar.
e) Budburan ang mga tinadtad na hazelnut sa ibabaw kung ninanais.
f) Maghurno ng 20-25 minuto o hanggang sa maging ginintuang ang mga gilid.
g) Hayaang lumamig bago hiwain at ihain.

COOKIES

36. Apat na sangkap na Nutella Cookies

MGA INGREDIENTS:
- 1 tasang Nutella
- 1 tasang all-purpose na harina
- 1 malaking itlog
- 1/2 tasa tinadtad na hazelnuts (opsyonal)

INSTRUCTIONS:
a) Painitin muna ang iyong oven sa 350°F (175°C).
b) Sa isang mangkok, paghaluin ang Nutella, harina, at itlog hanggang sa mahusay na pinagsama.
c) I-fold sa tinadtad na hazelnuts kung gagamitin.
d) Maglagay ng mga kutsarang puno ng kuwarta sa isang baking sheet.
e) Maghurno ng 8-10 minuto o hanggang sa maitakda ang mga gilid.
f) Hayaang lumamig ang cookies sa baking sheet ng ilang minuto bago ilipat sa wire rack.

37. Malambot at Chewy Rainbow Cookies

MGA INGREDIENTS:
- 2 tasang sugar cookie dough
- Pangkulay ng pagkain (iba't ibang kulay)
- Mga sprinkles

INSTRUCTIONS:
a) Hatiin ang kuwarta ng sugar cookie sa ilang bahagi.
b) Magdagdag ng iba't ibang pangkulay ng pagkain sa bawat bahagi upang lumikha ng isang bahaghari ng mga kulay.
c) Pagulungin ang bawat may kulay na bahagi sa maliliit na bola.
d) Ayusin ang mga bola sa isang pattern ng bahaghari sa isang plato.
e) Budburan ng makukulay na sprinkles.
f) Palamigin hanggang matibay bago ihain.

38. Malambot at Chewy Chocolate Chip Cookies

MGA INGREDIENTS:
- 2 tasang all-purpose na harina
- 1 kutsarita ng baking soda
- 1/2 kutsarita ng asin
- 1 tasang unsalted butter, pinalambot
- 3/4 tasa ng brown sugar
- 3/4 tasa ng butil na asukal
- 2 malalaking itlog
- 2 kutsarita ng vanilla extract
- 2 tasang chocolate chips

INSTRUCTIONS:
a) Painitin muna ang iyong oven sa 350°F (175°C).
b) Sa isang mangkok, haluin ang harina, baking soda, at asin.
c) Sa isa pang mangkok, i-cream ang mantikilya, brown sugar, at granulated sugar hanggang sa magaan at malambot.
d) Talunin ang mga itlog nang paisa-isa, pagkatapos ay ihalo ang vanilla.
e) Dahan-dahang idagdag ang mga tuyong sangkap sa mga basang sangkap, paghahalo hanggang sa pagsamahin lamang.
f) Tiklupin sa chocolate chips.
g) I-drop ang mga bilugan na kutsara ng kuwarta sa walang basang baking sheet.
h) Maghurno ng 10-12 minuto o hanggang sa maging ginintuang ang mga gilid.
i) Hayaang lumamig ang cookies sa baking sheet ng ilang minuto bago ilipat sa wire rack.

39. No-Bake Butterscotch Cookies

MGA INGREDIENTS:
- ½ tasang unsalted butter
- 1 tasa ng butil na asukal
- ½ tasang evaporated milk
- 1 kutsarita vanilla extract
- 1 tasang butterscotch chips
- 3 tasa ng mabilis na pagluluto ng oats

INSTRUCTIONS:
a) Sa isang kasirola, matunaw ang mantikilya sa katamtamang init.
b) Ihalo ang asukal at evaporated milk. Pakuluan, patuloy na pagpapakilos.
c) Alisin sa init at ihalo ang vanilla extract at butterscotch chips hanggang makinis at matunaw.
d) I-fold sa quick-cooking oats hanggang sa maayos na pinahiran.
e) Ibuhos ang mga kutsarang puno ng pinaghalong sa waxed paper o isang baking sheet.
f) Hayaang lumamig ang cookies at itakda sa temperatura ng kuwarto.

40. No-Bake Orange Cookies

MGA INGREDIENTS:
- 2 tasang dinurog na vanilla wafer cookies
- 1 tasang may pulbos na asukal
- 1 tasa ng pinong tinadtad na pecan
- ½ tasa ng orange juice
- Sarap ng 1 orange
- ½ tasang ginutay-gutay na niyog (opsyonal)

INSTRUCTIONS:
a) Sa isang mixing bowl, pagsamahin ang dinurog na vanilla wafer cookies, powdered sugar, tinadtad na pecans, orange juice, at orange zest. Haluing mabuti hanggang sa ganap na maisama ang mga sangkap.
b) Pagulungin ang halo sa maliliit na bola at ilagay ang mga ito sa isang baking sheet na nilagyan ng parchment paper.
c) Kung ninanais, igulong ang mga bola sa ginutay-gutay na niyog para sa karagdagang texture at lasa.
d) Palamigin nang hindi bababa sa 1 oras upang payagan ang cookies na matigas.
e) Ihain nang malamig at tamasahin ang mga kasiya-siyang no-bake na orange na cookies.

41. No-Bake Peanut Butter Cookies

MGA INGREDIENTS:
- 1 tasang creamy peanut butter
- ½ tasang pulot o maple syrup
- 2 tasang rolled oats
- ½ tasang ginutay-gutay na niyog (opsyonal)
- ¼ tasa tinadtad na mani (opsyonal)

INSTRUCTIONS:
a) Sa isang mixing bowl, pagsamahin ang peanut butter at honey o maple syrup hanggang makinis.
b) Magdagdag ng mga rolled oats sa pinaghalong at haluin hanggang sa mahusay na pinagsama.
c) Kung gusto, tiklupin ang ginutay-gutay na niyog at tinadtad na mani para sa dagdag na texture at lasa.
d) Kumuha ng maliliit na bahagi ng pinaghalong at hugis ng cookies.
e) Ilagay ang cookies sa isang baking sheet na nilagyan ng parchment paper.
f) Palamigin nang hindi bababa sa 1 oras upang payagan ang cookies na matigas.
g) Tangkilikin ang masarap at puno ng protina na no-bake na peanut butter cookies.

42.No-Bake Chocolate Oatmeal Cookies

MGA INGREDIENTS:
- ½ tasang unsalted butter
- 2 tasang granulated sugar
- ½ tasang gatas
- ¼ tasa ng unsweetened cocoa powder
- 3 tasa ng mabilis na pagluluto ng oats
- ½ tasang creamy peanut butter
- 1 kutsarita vanilla extract

INSTRUCTIONS:
a) Sa isang kasirola, pagsamahin ang mantikilya, asukal, gatas, at cocoa powder. Pakuluan sa katamtamang init, patuloy na pagpapakilos.
b) Alisin mula sa init at ihalo ang mabilis na pagluluto ng mga oats, peanut butter, at vanilla extract hanggang sa maayos na pagsamahin.
c) Ibuhos ang mga kutsarang puno ng pinaghalong sa waxed paper o isang baking sheet.
d) Hayaang lumamig ang cookies at itakda sa temperatura ng kuwarto.

43. No-Bake Oatmeal Gelatin Cookies

MGA INGREDIENTS:
- 2 tasang mabilis na oats
- 1 tasang asukal
- ½ tasang unsalted butter
- ½ tasang gatas
- 1 kutsarita vanilla extract
- 1 pakete (3 oz) na may lasa na gelatin (tulad ng strawberry o orange)

INSTRUCTIONS:
a) Sa isang kasirola, pagsamahin ang asukal, unsalted butter, at gatas. Pakuluan sa katamtamang init, patuloy na pagpapakilos.
b) Alisin ang kasirola mula sa init at ihalo ang vanilla extract at may lasa na gulaman.
c) Magdagdag ng mabilis na oats sa kasirola at haluin hanggang sa maayos na pinahiran.
d) Maglagay ng mga kutsarang puno ng pinaghalong sa isang baking sheet na nilagyan ng waxed paper.
e) Hayaang lumamig ang cookies at itakda sa temperatura ng kuwarto o palamigin para sa mas mabilis na pagpapatigas.
f) Kapag matatag na, ilipat sa isang lalagyan ng airtight at ilagay sa temperatura ng kuwarto.
g) Tangkilikin ang masarap at walang-bake na oatmeal gelatin cookies na ito!

44. No-Bake Penuche Drop Cookies

MGA INGREDIENTS:
- ½ tasang unsalted butter
- 2 tasang brown sugar
- ½ tasang gatas
- 3 tasa ng mabilis na oats
- 1 tasang tinadtad na mani (tulad ng mga walnut o pecan)
- 1 kutsarita vanilla extract

INSTRUCTIONS:
a) Sa isang kasirola, matunaw ang mantikilya sa katamtamang init.
b) Haluin ang brown sugar at gatas. Dalhin ang timpla sa isang pigsa, patuloy na pagpapakilos.
c) Alisin ang kasirola mula sa init at ihalo ang mga quick oats, tinadtad na mani, at vanilla extract.
d) Maglagay ng mga kutsarang puno ng pinaghalong sa isang baking sheet na nilagyan ng waxed paper.
e) Hayaang lumamig ang cookies at itakda sa temperatura ng kuwarto o palamigin para sa mas mabilis na pagpapatigas.
f) Kapag matatag na, ilipat sa isang lalagyan ng airtight at ilagay sa temperatura ng kuwarto.
g) Tangkilikin ang chewy at flavorful no-bake penuche drop cookies!

45. No-Bake Bourbon Oat Cookies

MGA INGREDIENTS:
- 1 ½ tasang rolled oats
- 1 tasang creamy peanut butter
- ½ tasang pulot
- ¼ tasa ng bourbon
- ½ tasa ng unsweetened cocoa powder
- ½ tasang ginutay-gutay na niyog (opsyonal)

INSTRUCTIONS:
a) Sa isang malaking mixing bowl, pagsamahin ang mga rolled oats, peanut butter, honey, bourbon, at cocoa powder.
b) Paghaluin ang lahat ng mga sangkap hanggang sa mahusay na pinagsama at ang timpla ay magkakasama.
c) Hugis ang timpla sa isang hugis ng log o igulong ito sa maliliit na bola na kasing laki ng kagat.
d) Kung ninanais, igulong ang cookies sa ginutay-gutay na niyog, dahan-dahang idiin ang niyog sa ibabaw.
e) Ilagay ang cookies sa isang baking sheet o plato na nilagyan ng parchment.
f) Palamigin ang cookies nang hindi bababa sa 1 oras o hanggang matigas.
g) Kapag pinalamig at naitakda, hiwain ang cookies sa nais na kapal at ihain. Ang masarap na no-bake bourbon roll slice 'n' serve cookies na ito ay handa nang tangkilikin!

46. No-Bake Matcha White Chocolate Cookies

MGA INGREDIENTS:
- 2 tasang rolled oats
- 1 tasang puting tsokolate chips
- ½ tasang almond butter
- ¼ tasang pulot
- 1 kutsarang matcha powder
- 1 kutsarita vanilla extract

INSTRUCTIONS:
a) Sa isang malaking mixing bowl, pagsamahin ang mga rolled oats at matcha powder.
b) Sa isang mangkok na ligtas sa microwave, tunawin ang mga puting tsokolate chips sa microwave, hinahalo tuwing 30 segundo hanggang sa makinis.
c) Magdagdag ng almond butter, honey, at vanilla extract sa tinunaw na puting tsokolate at haluin hanggang sa mahusay na pinagsama.
d) Ibuhos ang basang timpla sa mga oats at matcha, at haluin hanggang ang lahat ng mga sangkap ay pantay na pinahiran.
e) Maglagay ng mga kutsarang puno ng pinaghalong sa isang may linya na baking sheet at bahagyang patagin.
f) Palamigin ng humigit-kumulang 1 oras o hanggang itakda.

47. No-Bake Coconut Lime Cookies

MGA INGREDIENTS:
- 2 tasang hinimay na niyog
- 1 tasang almond flour
- ½ tasa ng coconut cream
- ¼ tasa ng maple syrup
- Sarap ng 2 kalamansi
- Katas ng 1 kalamansi

INSTRUCTIONS:
a) Sa isang mixing bowl, pagsamahin ang ginutay-gutay na niyog at almond flour.
b) Magdagdag ng coconut cream, maple syrup, lime zest, at lime juice sa mangkok at ihalo hanggang sa maayos na pinagsama.
c) Hugis ang timpla sa maliit na cookie-sized na mga bilog at ilagay ang mga ito sa isang may linya na baking sheet.
d) Palamigin nang hindi bababa sa 2 oras o hanggang matigas.

48. No-Bake Pistachio Cranberry Cookies

MGA INGREDIENTS:
- 2 tasang makalumang oats
- 1 tasang pistachios, tinadtad
- ½ tasa ng pinatuyong cranberry, tinadtad
- ½ tasang almond butter
- ⅓ tasa ng pulot
- 1 kutsarita vanilla extract
- ¼ kutsarita ng asin

INSTRUCTIONS:
a) Sa isang malaking mangkok ng paghahalo, pagsamahin ang mga oats, pistachios, at pinatuyong cranberry.
b) Sa isang maliit na kasirola, init ng almond butter, honey, vanilla extract, at asin sa mahinang apoy, haluin hanggang sa maayos na pinagsama.
c) Ibuhos ang pinaghalong almond butter sa ibabaw ng mga tuyong sangkap at haluin hanggang ang lahat ay pantay na pinahiran.
d) Gamit ang iyong mga kamay o isang kutsara, hubugin ang pinaghalong cookies at ilagay ang mga ito sa isang may linya na baking sheet.
e) Palamigin ng halos 1 oras o hanggang matigas.

49. No-Bake Chai Spiced Cookies

MGA INGREDIENTS:
- 2 tasang crispy rice cereal
- 1 tasang almond butter
- ½ tasang pulot
- 1 kutsarita chai spice mix (cinnamon, cardamom, luya, cloves, nutmeg)
- 1 kutsarita vanilla extract
- Kurot ng asin

INSTRUCTIONS:
a) Sa isang malaking mixing bowl, pagsamahin ang crispy rice cereal at chai spice mix.
b) Sa isang maliit na kasirola, init ng almond butter, honey, vanilla extract, at asin sa mahinang apoy, haluin hanggang sa maayos na pinagsama.
c) Ibuhos ang pinaghalong almond butter sa ibabaw ng cereal at spice mix at ihalo hanggang sa mapantayan ang lahat.
d) Hugis ang pinaghalong cookies o pindutin ito sa isang may linya na baking dish at gupitin sa mga bar.
e) Palamigin ng humigit-kumulang 1 oras o hanggang itakda.

MGA CLUSTERS & HAYSTACKS

50. No-Bake Fudge Cluster

MGA INGREDIENTS:
- 2 tasang chocolate chips
- ½ tasa ng matamis na condensed milk
- 1 kutsarita vanilla extract
- 1 tasang tinadtad na mani (tulad ng mga walnut o almendras)
- 1 tasang crispy rice cereal

INSTRUCTIONS:

a) Sa isang mangkok na ligtas sa microwave, pagsamahin ang mga chocolate chips at matamis na condensed milk.

b) I-microwave ang timpla sa loob ng 30 segundong pagitan, haluin pagkatapos ng bawat pagitan hanggang sa matunaw at makinis ang chocolate chips.

c) Haluin ang vanilla extract, tinadtad na mani, at crispy rice cereal hanggang sa maayos na pinagsama.

d) Maglagay ng mga kutsarang puno ng pinaghalong sa isang baking sheet na nilagyan ng waxed paper.

e) Hayaang lumamig ang mga fudge cluster at itakda sa temperatura ng kuwarto.

f) Kapag matatag na, ilipat sa isang lalagyan ng airtight at ilagay sa temperatura ng kuwarto.

g) Tangkilikin ang napakasarap at madaling gawin na walang bake na fudge cluster na ito!

51.No-Bake Chocolate Peanut Butter Cluster

MGA INGREDIENTS:
- 1 tasang creamy peanut butter
- ½ tasang pulot o maple syrup
- ¼ tasa ng tinunaw na langis ng niyog
- 2 tasang rolled oats
- ½ tasa ng mini chocolate chips

INSTRUCTIONS:
a) Sa isang mangkok ng paghahalo, pagsamahin ang peanut butter, honey (o maple syrup), at tinunaw na langis ng niyog hanggang sa maihalo.
b) Haluin ang mga rolled oats at mini chocolate chips.
c) Ibuhos ang mga kutsarang puno ng pinaghalong sa isang may linyang baking sheet o sa mga mini muffin cup.
d) Palamigin nang hindi bababa sa 1 oras upang itakda.

52.No-Bake Almond Joy Clusters

MGA INGREDIENTS:
- 1 tasang almond butter
- ¼ tasa ng pulot o maple syrup
- ¼ tasa ng tinunaw na langis ng niyog
- 2 tasang hinimay na niyog
- ½ tasang tinadtad na almendras
- ½ tasa ng mini chocolate chips

INSTRUCTIONS:
a) Sa isang mangkok ng paghahalo, pagsamahin ang almond butter, honey (o maple syrup), at tinunaw na langis ng niyog hanggang sa maihalo.
b) Haluin ang ginutay-gutay na niyog, tinadtad na almendras, at mini chocolate chips.
c) Ibuhos ang mga kutsarang puno ng pinaghalong sa isang may linyang baking sheet o sa mga mini muffin cup.
d) Palamigin nang hindi bababa sa 1 oras upang itakda.

53. No-Bake Trail Mix Cluster

MGA INGREDIENTS:
- 1 tasang creamy nut butter (hal., almond butter, peanut butter)
- ¼ tasa ng pulot o maple syrup
- ¼ tasa ng tinunaw na langis ng niyog
- 2 tasang rolled oats
- ½ tasang tinadtad na mani (hal., almond, walnuts)
- ¼ tasa ng pinatuyong prutas (hal., cranberry, pasas)
- ¼ tasa ng mini chocolate chips

INSTRUCTIONS:
a) Sa isang mixing bowl, pagsamahin ang nut butter, honey (o maple syrup), at tinunaw na langis ng niyog hanggang sa maihalo.
b) Haluin ang mga rolled oats, tinadtad na mani, pinatuyong prutas, at mini chocolate chips.
c) Ibuhos ang mga kutsarang puno ng pinaghalong sa isang may linyang baking sheet o sa mga mini muffin cup.
d) Palamigin nang hindi bababa sa 1 oras upang itakda.

54. No-Bake White Chocolate Raspberry Clusters

MGA INGREDIENTS:
- 1 tasang creamy nut butter (hal., almond butter, cashew butter)
- ¼ tasa ng pulot o maple syrup
- ¼ tasa ng tinunaw na langis ng niyog
- 2 tasang hinimay na niyog
- ½ tasa ng freeze-dry na raspberry
- ½ tasa puting tsokolate chips

INSTRUCTIONS:
a) Sa isang mixing bowl, pagsamahin ang nut butter, honey (o maple syrup), at tinunaw na langis ng niyog hanggang sa maihalo.
b) Haluin ang ginutay-gutay na niyog, freeze-dried raspberry, at puting tsokolate chips.
c) Ibuhos ang mga kutsarang puno ng pinaghalong sa isang may linyang baking sheet o sa mga mini muffin cup.
d) Palamigin nang hindi bababa sa 1 oras upang itakda.

55. No-Bake Caramel Pretzel Clusters

MGA INGREDIENTS:
- 1 tasang creamy peanut butter
- ¼ tasa ng pulot o maple syrup
- ¼ tasa ng tinunaw na langis ng niyog
- 2 tasang durog na pretzel
- ½ tasang caramel bits o tinadtad na caramel candies
- ½ tasa ng mini chocolate chips

INSTRUCTIONS:
a) Sa isang mangkok ng paghahalo, pagsamahin ang peanut butter, honey (o maple syrup), at tinunaw na langis ng niyog hanggang sa maihalo.
b) Haluin ang durog na pretzel, caramel bits, at mini chocolate chips.
c) Ibuhos ang mga kutsarang puno ng pinaghalong sa isang may linyang baking sheet o sa mga mini muffin cup.
d) Palamigin nang hindi bababa sa 1 oras upang itakda.

56. No-Bake Cranberry Pistachio Clusters

MGA INGREDIENTS:
- 1 tasang almond butter
- ¼ tasa ng pulot o maple syrup
- ¼ tasa ng tinunaw na langis ng niyog
- 2 tasang rolled oats
- ½ tasa ng pinatuyong cranberry
- ½ tasang tinadtad na pistachios

INSTRUCTIONS:
a) Sa isang mangkok ng paghahalo, pagsamahin ang almond butter, honey (o maple syrup), at tinunaw na langis ng niyog hanggang sa maihalo.
b) Ihalo ang mga rolled oats, pinatuyong cranberry, at tinadtad na pistachio.
c) Ibuhos ang mga kutsarang puno ng pinaghalong sa isang may linyang baking sheet o sa mga mini muffin cup.
d) Palamigin nang hindi bababa sa 1 oras upang itakda.

57. No-Bake Dark Chocolate Cherry Clusters

MGA INGREDIENTS:
- 1 tasang creamy nut butter (hal., almond butter, cashew butter)
- ¼ tasa ng pulot o maple syrup
- ¼ tasa ng tinunaw na langis ng niyog
- 2 tasang rolled oats
- ½ tasa ng pinatuyong seresa
- ½ tasa ng dark chocolate chips

INSTRUCTIONS:
a) Sa isang mixing bowl, pagsamahin ang nut butter, honey (o maple syrup), at tinunaw na langis ng niyog hanggang sa maihalo.
b) Haluin ang mga rolled oats, tuyo na seresa, at dark chocolate chips.
c) Ibuhos ang mga kutsarang puno ng pinaghalong sa isang may linyang baking sheet o sa mga mini muffin cup.
d) Palamigin nang hindi bababa sa 1 oras upang itakda.

MALUNGKOT, GUGURO, at COBBLER

58. Walang-Bake Peach Crisp

MGA INGREDIENTS:
- 4 na tasang sariwang mga milokoton, binalatan at hiniwa
- 1 kutsarang lemon juice
- ¼ tasa ng pulot o maple syrup
- ½ kutsarita vanilla extract
- 1 tasang rolled oats
- ½ tasa ng almond flour
- ¼ tasa tinadtad na almendras o pecans
- 2 kutsarang tinunaw na langis ng niyog
- ½ kutsarita ng giniling na kanela

INSTRUCTIONS:
a) Sa isang mangkok, pagsamahin ang mga hiniwang peach, lemon juice, honey o maple syrup, at vanilla extract. Haluin hanggang mabalot ang mga peach.
b) Sa isang hiwalay na mangkok, paghaluin ang mga rolled oats, almond flour, tinadtad na almond o pecans, tinunaw na langis ng niyog, at giniling na kanela hanggang sa gumuho.
c) Ikalat ang kalahati ng pinaghalong oat nang pantay-pantay sa ilalim ng isang greased baking dish.
d) Ibuhos ang halo ng peach sa ibabaw ng oat layer.
e) Iwiwisik ang natitirang pinaghalong oat sa ibabaw ng mga milokoton.
f) Palamigin ng hindi bababa sa 2 oras upang hayaang matuyo ang malutong.
g) Ihain nang malamig o mainit, at tamasahin ang masarap na walang-bake na peach na malutong.

59. Walang-Bake Apple Crisp

MGA INGREDIENTS:
- 4 na tasang hiniwang mansanas
- ¼ tasa ng pulot o maple syrup
- 1 kutsarita ng lemon juice
- 1 tasang rolled oats
- ½ tasa ng almond flour o regular na harina
- ¼ tasa ng tinunaw na langis ng niyog o mantikilya
- ¼ tasang pasas o pinatuyong cranberry
- ½ kutsarita ng kanela

INSTRUCTIONS:
a) Sa isang mangkok ng paghahalo, pagsamahin ang hiniwang mansanas, pulot o maple syrup, lemon juice, mga pasas (o pinatuyong cranberry), at kanela hanggang sa maayos na pinahiran.
b) Sa isang hiwalay na mangkok, pagsamahin ang mga rolled oats, almond flour (o regular na harina), tinunaw na langis ng niyog (o mantikilya), at cinnamon hanggang sa gumuho.
c) Ikalat ang pinaghalong mansanas nang pantay-pantay sa isang baking dish.
d) Iwiwisik ang pinaghalong oat sa ibabaw ng mga mansanas, ganap na takpan ang mga ito.
e) Palamigin nang hindi bababa sa 2 oras upang hayaang maghalo ang mga lasa.
f) Ihain nang pinalamig.

60. No-Bake Mixed Berry Cobbler

MGA INGREDIENTS:
- 4 na tasa ng halo-halong berry
- ¼ tasa ng pulot o maple syrup
- 1 kutsarita ng lemon juice
- 1 tasang almond flour o regular na harina
- ½ tasang rolled oats
- ¼ tasa ng tinunaw na langis ng niyog o mantikilya
- ¼ tasa tinadtad na almond o walnuts

INSTRUCTIONS:
a) Sa isang mangkok ng paghahalo, pagsamahin ang mga pinaghalong berry, honey o maple syrup, at lemon juice hanggang sa maayos na pinahiran.
b) Sa isang hiwalay na mangkok, pagsamahin ang almond flour (o regular na harina), rolled oats, tinunaw na langis ng niyog (o mantikilya), at tinadtad na mga almendras (o mga walnuts) hanggang sa gumuho.
c) Ikalat ang pinaghalong berry nang pantay-pantay sa isang baking dish.
d) Iwiwisik ang pinaghalong oat sa ibabaw ng mga berry, ganap na takpan ang mga ito.
e) Palamigin nang hindi bababa sa 2 oras upang hayaang maghalo ang mga lasa.
f) Ihain nang pinalamig.

61. Walang-Bake Cherry Crisp

MGA INGREDIENTS:
- 4 tasang pitted cherry
- ¼ tasa ng pulot o maple syrup
- 1 kutsarita ng lemon juice
- 1 tasang almond flour o regular na harina
- ½ tasang rolled oats
- ¼ tasa ng tinunaw na langis ng niyog o mantikilya
- ¼ tasa ng hiniwang almond o tinadtad na pecan

INSTRUCTIONS:

a) Sa isang mangkok ng paghahalo, pagsamahin ang mga pitted cherries, honey o maple syrup, at lemon juice hanggang sa mahusay na pinahiran.

b) Sa isang hiwalay na mangkok, pagsamahin ang almond flour (o regular na harina), rolled oats, tinunaw na langis ng niyog (o mantikilya), at hiniwang mga almendras (o tinadtad na pecan) hanggang sa gumuho.

c) Ikalat ang pinaghalong cherry nang pantay-pantay sa isang baking dish.

d) Iwiwisik ang pinaghalong oat sa ibabaw ng mga seresa, ganap na takpan ang mga ito.

e) Palamigin nang hindi bababa sa 2 oras upang hayaang maghalo ang mga lasa.

f) Ihain nang pinalamig.

62. Walang-Bake Mango Coconut Crumble

MGA INGREDIENTS:
- 4 na tasang diced na mangga
- ¼ tasa ng pulot o maple syrup
- 1 kutsarita katas ng kalamansi
- 1 tasang hinimay na niyog
- ½ tasa ng almond flour o regular na harina
- ¼ tasa ng tinunaw na langis ng niyog o mantikilya
- ¼ tasa tinadtad na macadamia nuts o cashews

INSTRUCTIONS:
a) Sa isang mixing bowl, pagsamahin ang diced mango, honey o maple syrup, at lime juice hanggang sa maayos na pinahiran.
b) Sa isang hiwalay na mangkok, pagsamahin ang ginutay-gutay na niyog, almond flour (o regular na harina), tinunaw na langis ng niyog (o mantikilya), at tinadtad na macadamia nuts (o cashews) hanggang sa gumuho.
c) Ikalat ang pinaghalong mangga nang pantay-pantay sa isang baking dish.
d) Iwiwisik ang pinaghalong niyog sa ibabaw ng mangga, natatakpan ito nang buo.
e) Palamigin nang hindi bababa sa 2 oras upang hayaang maghalo ang mga lasa.
f) Ihain nang pinalamig.

63. Walang-Bake Blueberry Almond Crisp

MGA INGREDIENTS:
- 4 na tasang sariwang blueberries
- ¼ tasa ng pulot o maple syrup
- 1 kutsarita ng lemon juice
- 1 tasang almond flour o regular na harina
- ½ tasang rolled oats
- ¼ tasa ng tinunaw na langis ng niyog o mantikilya
- ¼ tasang hiniwang almendras

INSTRUCTIONS:
a) Sa isang mangkok ng paghahalo, pagsamahin ang mga blueberries, honey o maple syrup, at lemon juice hanggang sa maayos na pinahiran.
b) Sa isang hiwalay na mangkok, pagsamahin ang almond flour (o regular na harina), rolled oats, tinunaw na langis ng niyog (o mantikilya), at hiniwang almond hanggang sa gumuho.
c) Ikalat ang pinaghalong blueberry nang pantay-pantay sa isang baking dish.
d) Iwiwisik ang pinaghalong almendras sa ibabaw ng mga blueberries, ganap na takpan ang mga ito.
e) Palamigin nang hindi bababa sa 2 oras upang hayaang maghalo ang mga lasa.
f) Ihain nang pinalamig.

64. Walang-Bake Dragon Fruit Crumble

MGA INGREDIENTS:
- 2 dragon fruit, sinandok at diced
- 1 kutsarang katas ng kalamansi
- ¼ tasa ng butil na asukal
- 1 tasang almond flour
- ¼ tasang hinimay na niyog
- ¼ tasa tinadtad na macadamia nuts
- 2 kutsarang pulot
- 2 kutsarang langis ng niyog, natunaw

INSTRUCTIONS:
a) Sa isang mangkok, pagsamahin ang diced dragon fruits, lime juice, at granulated sugar. Haluing mabuti.
b) Sa isa pang mangkok, paghaluin ang almond flour, ginutay-gutay na niyog, tinadtad na macadamia nuts, pulot, at tinunaw na langis ng niyog hanggang sa gumuho.
c) Kumuha ng mga indibidwal na serving dish at i-layer ang pinaghalong dragon fruit na sinusundan ng almond flour mixture.
d) Ulitin ang mga layer hanggang magamit ang lahat ng sangkap, na nagtatapos sa pinaghalong almond flour sa itaas.
e) Palamigin nang hindi bababa sa 1 oras upang hayaang maghalo ang mga lasa.
f) Ihain nang malamig at tamasahin ang kakaibang lasa ng dragon fruit!

65. Walang-Bake Lychee Crisp

MGA INGREDIENTS:
- 2 tasa ng mga sariwang lychees, binalatan at tinadtad
- 1 kutsarang lemon juice
- ¼ tasa ng butil na asukal
- 1 tasang durog na gingersnap cookies
- ¼ tasang hiniwang almendras
- 2 kutsarang pulot
- 2 kutsarang unsalted butter, natunaw

INSTRUCTIONS:
a) Sa isang mangkok, pagsamahin ang lychees, lemon juice, at granulated sugar. Haluing mabuti para mabalot ang lychees.
b) Sa isa pang mangkok, paghaluin ang durog na gingersnap cookies, hiniwang almond, honey, at tinunaw na mantikilya hanggang sa gumuho.
c) Kumuha ng mga indibidwal na serving dish at i-layer ang lychee mixture na sinusundan ng cookie mixture.
d) Ulitin ang mga layer hanggang magamit ang lahat ng sangkap, na nagtatapos sa pinaghalong cookie sa itaas.
e) Palamigin nang hindi bababa sa 1 oras upang hayaang maghalo ang mga lasa.
f) Ihain nang malamig at tamasahin ang kakaibang lasa ng lychees!

66. No-Bake Papaya Cobbler

MGA INGREDIENTS:
- 2 hinog na papayas, binalatan, pinagbinhan, at hiniwa
- 1 kutsarang katas ng kalamansi
- ¼ tasa ng butil na asukal
- 1 kutsaritang giniling na luya
- 1 tasang dinurog na vanilla wafer
- ¼ tasa tinadtad na pistachios
- 2 kutsarang pulot
- 2 kutsarang unsalted butter, natunaw

INSTRUCTIONS:
a) Sa isang mangkok, pagsamahin ang diced na papayas, katas ng kalamansi, granulated sugar, at giniling na luya. Haluing mabuti.
b) Sa isa pang mangkok, paghaluin ang dinurog na vanilla wafer, tinadtad na pistachio, pulot, at tinunaw na mantikilya hanggang sa gumuho.
c) Kumuha ng mga indibidwal na serving dish at i-layer ang papaya mixture na sinusundan ng wafer mixture.
d) Ulitin ang mga layer hanggang magamit ang lahat ng mga sangkap, na nagtatapos sa pinaghalong wafer sa itaas.
e) Palamigin nang hindi bababa sa 1 oras upang hayaang maghalo ang mga lasa.
f) Ihain ang pinalamig at tikman ang tropikal na lasa ng papayas!

67. Walang-Bake Kiwi Crumble

MGA INGREDIENTS:
- 4 na kiwi, binalatan at hiniwa
- 1 kutsarang lemon juice
- ¼ tasa ng butil na asukal
- 1 tasang dinurog na graham crackers
- ¼ tasa tinadtad na macadamia nuts
- 2 kutsarang pulot
- 2 kutsarang unsalted butter, natunaw

INSTRUCTIONS:

a) Sa isang mangkok, ihagis ang mga hiwa ng kiwi na may lemon juice at granulated sugar hanggang sa maayos na pinahiran.

b) Sa isa pang mangkok, paghaluin ang dinurog na graham crackers, tinadtad na macadamia nuts, pulot, at tinunaw na mantikilya hanggang sa gumuho.

c) Kumuha ng mga indibidwal na serving dish at i-layer ang kiwi mixture na sinusundan ng cracker mixture.

d) Ulitin ang mga layer hanggang magamit ang lahat ng sangkap, na nagtatapos sa pinaghalong cracker sa itaas.

e) Palamigin nang hindi bababa sa 1 oras upang hayaang maghalo ang mga lasa.

f) Ihain nang malamig at tamasahin ang tangy tamis ng kiwis!

68. No-Bake Passion Fruit Cobbler

MGA INGREDIENTS:
- 6 passion fruits, sapal na sinandok
- 1 kutsarang katas ng kalamansi
- ¼ tasa ng butil na asukal
- 1 kutsarita vanilla extract
- 1 tasang durog na shortbread cookies
- ¼ tasang hinimay na niyog
- 2 kutsarang pulot
- 2 kutsarang unsalted butter, natunaw

INSTRUCTIONS:
a) Sa isang bowl, pagsamahin ang passion fruit pulp, lime juice, granulated sugar, at vanilla extract. Haluing mabuti.
b) Sa isa pang mangkok, paghaluin ang dinurog na shortbread cookies, ginutay-gutay na niyog, pulot, at tinunaw na mantikilya hanggang sa gumuho.
c) Kumuha ng mga indibidwal na serving dish at i-layer ang pinaghalong passion fruit na sinusundan ng cookie mixture.
d) Ulitin ang mga layer hanggang magamit ang lahat ng sangkap, na nagtatapos sa pinaghalong cookie sa itaas.
e) Palamigin nang hindi bababa sa 1 oras upang hayaang maghalo ang mga lasa.
f) Ihain ang pinalamig at lasapin ang kakaibang tropikal na lasa ng passion fruit!

MGA CAKE

69. No-Bake Rum Cake

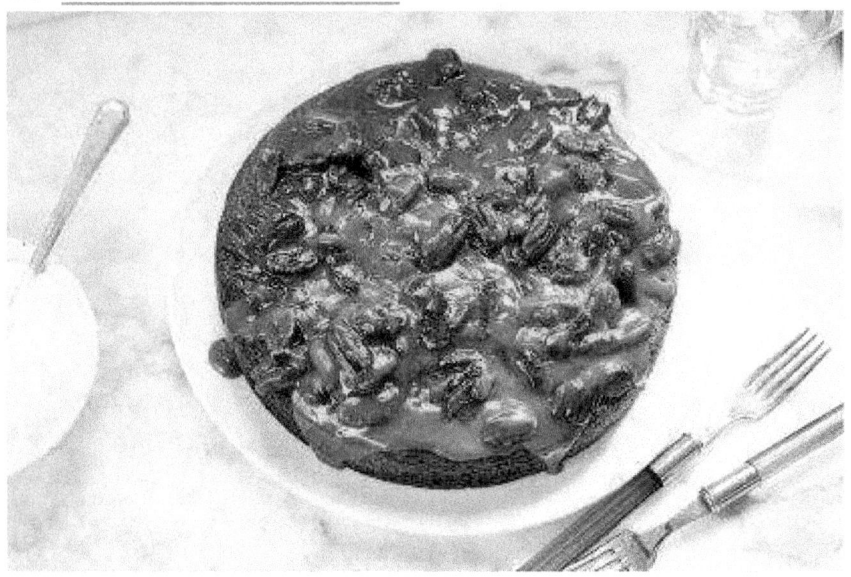

MGA INGREDIENTS:
- 2 tasang dinurog na vanilla wafer
- 1 tasang tinadtad na pecan
- 1 tasang may pulbos na asukal
- ½ tasang unsalted butter, natunaw
- ¼ tasa ng maitim na rum
- Whipped cream para sa dekorasyon (opsyonal)

INSTRUCTIONS:
a) Sa isang mixing bowl, pagsamahin ang dinurog na vanilla wafer, tinadtad na pecan, powdered sugar, tinunaw na mantikilya, at dark rum.
b) Haluin hanggang ang mga sangkap ay ganap na maisama.
c) Pindutin ang pinaghalong sa isang 9-inch springform pan o isang hugis-parihaba na pinggan.
d) Palamigin ng hindi bababa sa 2 oras upang hayaang matuyo ang cake.
e) Bago ihain, palamutihan ng whipped cream kung nais.

70. No-Bake Seven Layer Cake

MGA INGREDIENTS:
- 1 pakete ng graham crackers
- 1 tasang unsalted butter, natunaw
- 1 tasang hinimay na niyog
- 1 tasang tinadtad na mani (hal., mga walnuts, pecans)
- 1 tasang chocolate chips
- 1 tasang butterscotch chips
- 1 tasang matamis na condensed milk

INSTRUCTIONS:
a) Iguhit ang ilalim ng isang hugis-parihaba na ulam na may graham crackers.
b) Sa isang mangkok, paghaluin ang tinunaw na mantikilya, ginutay-gutay na niyog, tinadtad na mani, chocolate chips, butterscotch chips, at matamis na condensed milk hanggang sa maayos na pagsamahin.
c) Ikalat ang isang layer ng pinaghalong sa ibabaw ng graham crackers.
d) Ulitin ang mga layer ng graham crackers at ang pinaghalong hanggang magamit ang lahat ng sangkap, na nagtatapos sa isang layer ng pinaghalong sa itaas.
e) Palamigin nang hindi bababa sa 4 na oras o magdamag upang hayaang matuyo ang cake.
f) Hiwain at tamasahin ang masarap na no-bake seven-layer cake.

71. No-Bake Chocolate Cream Cake

MGA INGREDIENTS:
- 2 pakete ng chocolate sandwich cookies
- ½ tasang unsalted butter, natunaw
- 2 tasang mabigat na cream
- ¼ tasa ng pulbos na asukal
- 1 kutsarita vanilla extract
- Chocolate shavings o cocoa powder para sa dekorasyon (opsyonal)

INSTRUCTIONS:
a) Durugin ang chocolate sandwich cookies sa maliliit na mumo gamit ang food processor o sa pamamagitan ng paglalagay sa kanila sa isang selyadong plastic bag at pagdurog gamit ang rolling pin.
b) Sa isang mangkok ng paghahalo, pagsamahin ang mga mumo ng cookie at tinunaw na mantikilya hanggang ang timpla ay kahawig ng basang buhangin.
c) Pindutin ang pinaghalong cookie sa ilalim ng isang greased springform pan upang mabuo ang crust. Ilagay sa refrigerator upang palamig.
d) Sa isang hiwalay na mangkok ng paghahalo, hagupitin ang mabibigat na cream, powdered sugar, at vanilla extract hanggang sa mabuo ang stiff peak.
e) Ikalat ang isang layer ng whipped cream sa pinalamig na cookie crust.
f) Ulitin gamit ang isa pang layer ng cookie crumbs at whipped cream hanggang magamit ang lahat ng sangkap, na tinatapos na may isang layer ng whipped cream sa itaas.
g) Palamigin ang cake nang hindi bababa sa 4 na oras o hanggang itakda.
h) Bago ihain, palamutihan ng chocolate shavings o alikabok ng cocoa powder kung ninanais.
i) Hatiin at tangkilikin ang dekadenteng walang-bake na chocolate cream cake na ito!

72.No-Bake Fruit Cake

MGA INGREDIENTS:
- 2 tasang pinaghalong pinatuyong prutas (tulad ng mga pasas, cranberry, tinadtad na petsa, at mga aprikot)
- ½ tasang unsalted butter
- ½ tasang brown sugar
- ½ tasa apple juice o orange juice
- 2 tasang dinurog na graham crackers o vanilla wafers
- ½ tasang tinadtad na mani (tulad ng mga walnut o almendras)
- ½ tasang hinimay na niyog
- 1 kutsarita ng giniling na kanela
- ½ kutsarita ng ground nutmeg
- ¼ kutsarita ng giniling na mga clove
- ¼ kutsarita ng asin
- ½ tasang powdered sugar (para sa pag-aalis ng alikabok)

INSTRUCTIONS:
a) Sa isang kasirola, pagsamahin ang mga pinaghalong pinatuyong prutas, mantikilya, brown sugar, at apple juice o orange juice.
b) Dalhin ang timpla sa isang pigsa sa katamtamang init, patuloy na pagpapakilos.
c) Bawasan ang apoy sa mahina at kumulo sa loob ng 5 minuto, paminsan-minsang pagpapakilos.
d) Alisin ang kasirola mula sa init at hayaang lumamig ang timpla ng ilang minuto.
e) Sa isang malaking mixing bowl, pagsamahin ang dinurog na graham crackers o vanilla wafer, tinadtad na mani, ginutay-gutay na niyog, giniling na kanela, giniling na nutmeg, giniling na mga clove, at asin.
f) Ibuhos ang pinalamig na pinaghalong prutas sa pinaghalong tuyong sangkap. Haluin hanggang sa maayos na pinagsama.
g) Takpan ang isang loaf pan o cake pan na may plastic wrap o parchment paper, na nag-iiwan ng labis na nakasabit sa mga gilid.
h) Ilipat ang pinaghalong fruit cake sa inihandang kawali, pinindot ito nang mahigpit.
i) I-fold ang sobrang plastic wrap o parchment paper sa ibabaw ng cake.
j) Palamigin ang fruit cake nang hindi bababa sa 4 na oras o magdamag.
k) Bago ihain, alisin ang cake mula sa kawali at alikabok ng may pulbos na asukal.
l) Hiwain at tangkilikin ang mamasa-masa at masarap na no-bake na fruit cake na ito!

73. No-Bake Matzoh Layer Cake

MGA INGREDIENTS:
- 4-6 piraso ng chocolate matzoh
- 2 tasang whipped cream o whipped topping
- 1 tasang prutas na pinapanatili (tulad ng raspberry o strawberry)
- Mga sariwang berry para sa dekorasyon (opsyonal)

INSTRUCTIONS:
a) Maglagay ng isang layer ng mga piraso ng matzoh sa isang layer sa isang serving platter o plato.
b) Ikalat ang isang layer ng whipped cream o whipped topping sa ibabaw ng matzoh.
c) Ikalat ang isang layer ng prutas na pinapanatili sa ibabaw ng whipped cream layer.
d) Ulitin ang mga layer hanggang maubos ang mga sangkap, na nagtatapos sa isang layer ng whipped cream sa itaas.
e) Palamigin ang matzoh layer cake nang hindi bababa sa 4 na oras o magdamag para lumambot ang matzoh.
f) Bago ihain, palamutihan ng mga sariwang berry kung ninanais.
g) Hatiin at tangkilikin ang masarap at kakaibang no-bake matzoh layer cake na ito!

74. No-Bake Cherry Custard Cake

MGA INGREDIENTS:
- 2 tasang graham cracker crumbs
- ½ tasang unsalted butter, natunaw
- 2 (8-onsa) na pakete ng cream cheese, pinalambot
- 1 tasang may pulbos na asukal
- 1 kutsarita vanilla extract
- 1 tasang mabigat na cream, hinagupit
- 1 (21-onsa) na maaaring pagpuno ng cherry pie

INSTRUCTIONS:

a) Sa isang medium bowl, pagsamahin ang graham cracker crumbs at tinunaw na mantikilya. Haluin hanggang ang mga mumo ay pantay na nababalutan ng mantikilya.

b) Pindutin ang pinaghalong mumo sa ilalim ng 9-pulgadang springform pan, na lumilikha ng pantay na layer. Ilagay ang kawali sa refrigerator upang palamig habang inihahanda ang pagpuno.

c) Sa isang malaking mangkok ng paghahalo, talunin ang cream cheese hanggang sa makinis at mag-atas.

d) Idagdag ang powdered sugar at vanilla extract sa cream cheese at patuloy na talunin hanggang sa maayos na pagsamahin.

e) Dahan-dahang tiklupin ang whipped cream.

f) Ibuhos ang cream cheese mixture sa pinalamig na crust sa springform pan at ikalat ito nang pantay-pantay.

g) Sandok ang pagpuno ng cherry pie sa pinaghalong cream cheese, ikalat ito upang lumikha ng isang layer.

h) Takpan ang kawali gamit ang plastic wrap at palamigin nang hindi bababa sa 4 na oras o magdamag upang maitakda.

i) Kapag naitakda na, alisin ang mga gilid ng springform pan at hiwain ang cake para ihain. Tangkilikin ang masarap na no-bake cherry custard cake!

75. No-Bake Mango Coconut Cake

MGA INGREDIENTS:
- 2 tasang graham cracker crumbs
- 1 tasang unsweetened shredded coconut
- 1 tasang mangga puree
- 1 tasang whipped cream
- ½ tasang condensed milk
- ¼ tasa ng tinunaw na mantikilya
- Mga sariwang hiwa ng mangga para sa dekorasyon

INSTRUCTIONS:
a) Sa isang mixing bowl, pagsamahin ang graham cracker crumbs, ginutay-gutay na niyog, at tinunaw na mantikilya. Haluin hanggang mabalot ang mga mumo.
b) Pindutin ang kalahati ng pinaghalong mumo sa ilalim ng isang round cake pan o springform pan upang lumikha ng crust.
c) Sa isang hiwalay na mangkok, paghaluin ang mango puree at condensed milk hanggang sa maayos na pagsamahin.
d) I-fold ang whipped cream sa pinaghalong mangga hanggang makinis.
e) Ibuhos ang pinaghalong mangga sa ibabaw ng crust sa kawali ng cake.
f) Budburan ang natitirang pinaghalong mumo sa itaas bilang palamuti.
g) Palamigin nang hindi bababa sa 4 na oras o hanggang itakda.
h) Bago ihain, palamutihan ng sariwang hiwa ng mangga.

76. No-Bake Peanut Butter Chocolate Cake

MGA INGREDIENTS:
- 2 tasang chocolate wafer cookies, durog
- 1 tasang creamy peanut butter
- 1 tasang may pulbos na asukal
- 1 tasang whipped cream
- ½ tasang tinunaw na tsokolate para sa pag-ambon
- Dinurog na mani para sa dekorasyon

INSTRUCTIONS:
a) Sa isang mixing bowl, pagsamahin ang dinurog na chocolate wafer cookies, peanut butter, powdered sugar, at whipped cream. Haluin hanggang sa maayos na pinagsama.
b) Pindutin ang kalahati ng pinaghalong sa ilalim ng isang round cake pan o springform pan upang lumikha ng crust.
c) Ikalat ang isang layer ng tinunaw na tsokolate sa ibabaw ng crust.
d) Ibuhos ang natitirang peanut butter mixture sa layer ng tsokolate.
e) Ibuhos ang tinunaw na tsokolate sa itaas bilang palamuti.
f) Budburan ng dinurog na mani sa ibabaw ng cake.
g) Palamigin ng hindi bababa sa 4 na oras o hanggang itakda.

77. No-Bake Strawberry Lemonade Cake

MGA INGREDIENTS:
- 2 tasang graham cracker crumbs
- 1 tasang tinunaw na mantikilya
- 1 tasang strawberry puree
- 1 tasang whipped cream
- ½ tasang may pulbos na asukal
- Sarap ng 2 lemon
- Mga sariwang strawberry para sa dekorasyon

INSTRUCTIONS:
a) Sa isang mixing bowl, pagsamahin ang graham cracker crumbs at tinunaw na mantikilya. Haluin hanggang mabalot ang mga mumo.
b) Pindutin ang kalahati ng pinaghalong mumo sa ilalim ng isang round cake pan o springform pan upang lumikha ng crust.
c) Sa isang hiwalay na mangkok, paghaluin ang strawberry puree, whipped cream, powdered sugar, at lemon zest hanggang sa mahusay na pinagsama.
d) Ibuhos ang strawberry mixture sa ibabaw ng crust sa cake pan.
e) Ikalat ang halo nang pantay-pantay at pakinisin ang tuktok.
f) Palamigin nang hindi bababa sa 4 na oras o hanggang itakda.
g) Bago ihain, palamutihan ng mga sariwang strawberry.

BROWNIES, BARS, at SQUARES

78.Super Fudgy Triple Chocolate Brownies

MGA INGREDIENTS:
- 2 tasang chocolate wafer crumbs
- 1 tasang unsalted butter, natunaw
- 1 tasang chocolate chips
- 1/2 tasa puting tsokolate chips
- 1/2 tasa ng dark chocolate chunks
- 1 tasang matamis na condensed milk

INSTRUCTIONS:
a) Sa isang mangkok, pagsamahin ang mga mumo ng chocolate wafer na may tinunaw na mantikilya.
b) Pindutin ang pinaghalong sa isang may linya na kawali upang mabuo ang base.
c) Sa isa pang mangkok, paghaluin ang chocolate chips, white chocolate chips, dark chocolate chunks, at sweetened condensed milk.
d) Ikalat ang pinaghalong tsokolate nang pantay-pantay sa crust.
e) Palamigin hanggang itakda, pagkatapos ay gupitin sa mga parisukat at ihain.

79. Jammie Dodger Blondies

MGA INGREDIENTS:
- 2 tasang graham cracker crumbs
- 1 tasang unsalted butter, natunaw
- 1 tasang light brown sugar
- 2 tasang powdered sugar
- 1 tasang creamy peanut butter
- 1 kutsarita vanilla extract
- 1 tasa ng raspberry jam
- Jammie Dodger biskwit para sa topping

INSTRUCTIONS:
a) Paghaluin ang mga mumo ng graham cracker na may tinunaw na mantikilya at pindutin sa isang may linya na kawali upang lumikha ng base.
b) Sa isang mangkok, haluin ang brown sugar, powdered sugar, peanut butter, at vanilla extract hanggang makinis.
c) Ikalat ang pinaghalong peanut butter sa ibabaw ng crust.
d) Painitin nang bahagya ang raspberry jam at paikutin ito sa layer ng peanut butter.
e) Itaas ang mga biskwit ng Jammie Dodger.
f) Palamigin hanggang itakda, pagkatapos ay gupitin sa mga bar at ihain.

80. Walang-Bake Chocolate Butterfluff Squares

MGA INGREDIENTS:
- 1 tasang semi-sweet chocolate chips
- ½ tasang creamy peanut butter
- 3 tasang mini marshmallow
- 3 tasang crispy rice cereal
- ½ tasang tinadtad na mani (opsyonal)

INSTRUCTIONS:
a) Sa isang mangkok na ligtas sa microwave, tunawin ang chocolate chips at peanut butter nang magkasama, haluin hanggang makinis.
b) Sa isang malaking mixing bowl, pagsamahin ang mga mini marshmallow, crispy rice cereal, at tinadtad na mani (kung ginagamit).
c) Ibuhos ang natunaw na chocolate mixture sa pinaghalong cereal at haluin hanggang mabalot ng mabuti.
d) Pindutin ang timpla sa isang greased 9x9-inch baking dish.
e) Palamigin nang hindi bababa sa 2 oras upang payagang mag-set ang butterfluff.
f) Gupitin sa mga parisukat at ihain.

81. No-Bake Confetti Cereal Squares

MGA INGREDIENTS:
- 4 na tasang confetti cereal (hal., Fruity Pebbles o katulad nito)
- ¼ tasa ng unsalted butter
- 1 pakete (10 oz) mini marshmallow
- Mga sprinkle para sa dekorasyon (opsyonal)

INSTRUCTIONS:
a) Magpahid ng 9x9-inch na baking dish at itabi.
b) Sa isang malaking kasirola, matunaw ang mantikilya sa mahinang apoy.
c) Idagdag ang mini marshmallow sa tinunaw na mantikilya at haluin hanggang sa ganap na matunaw at makinis.
d) Alisin ang kasirola mula sa init at idagdag ang confetti cereal. Haluin hanggang mabalot ng mabuti.
e) Ilipat ang timpla sa inihandang baking dish at pindutin ito nang pantay-pantay.
f) Budburan ang mga karagdagang sprinkle sa itaas kung ninanais.
g) Hayaang lumamig ang mga parisukat ng cereal at itakda sa temperatura ng kuwarto.
h) Gupitin sa mga parisukat at tangkilikin ang mga makulay at nakakatuwang no-bake confetti cereal squares!

82. Walang-Bake Raspberry Lemon Bar

MGA INGREDIENTS:
- 2 tasang graham cracker crumbs
- ½ tasang tinunaw na mantikilya
- 16 oz cream cheese, pinalambot
- 1 tasang may pulbos na asukal
- Sarap ng 2 lemon
- 1 tasa ng raspberry na pinapanatili
- Mga sariwang raspberry para sa dekorasyon

INSTRUCTIONS:
a) Sa isang mixing bowl, pagsamahin ang graham cracker crumbs at tinunaw na mantikilya. Haluin hanggang mabalot ang mga mumo.
b) Pindutin ang pinaghalong mumo sa ilalim ng isang hugis-parihaba na baking dish upang lumikha ng crust.
c) Sa isang hiwalay na mangkok, talunin ang cream cheese, powdered sugar, at lemon zest hanggang makinis at mag-atas.
d) Ikalat ang pinaghalong cream cheese sa ibabaw ng crust sa baking dish.
e) Maglagay ng mga kutsarang puno ng raspberry sa ibabaw ng cream cheese layer at dahan-dahang paikutin gamit ang isang kutsilyo.
f) Palamigin ng hindi bababa sa 4 na oras o hanggang itakda.
g) Bago ihain, palamutihan ng mga sariwang raspberry.

83. No-Bake Trail Bars

MGA INGREDIENTS:
- 2 tasang mabilis na oats
- 1 tasang crispy rice cereal
- ½ tasa ng peanut butter
- ½ tasang pulot
- ½ tasang tinadtad na mani (tulad ng mga almendras o kasoy)
- ½ tasa ng pinatuyong prutas (tulad ng mga cranberry o pasas)
- ¼ tasa ng mini chocolate chips (opsyonal)

INSTRUCTIONS:
a) Sa isang mixing bowl, pagsamahin ang quick oats, crispy rice cereal, peanut butter, honey, chopped nuts, dried fruit, at mini chocolate chips (kung ginagamit). Haluin hanggang sa maayos na pinagsama.
b) Pindutin ang timpla sa isang 9x9-inch na baking dish na may mantika, gamit ang likod ng kutsara upang pakinisin ito.
c) Palamigin ang mga trail bar nang hindi bababa sa 2 oras o hanggang matigas.
d) Gupitin sa mga bar at tamasahin ang mga masustansya at walang-bake na trail bar na ito!

84.Mga Granola Bar na Bawal Maghurno

MGA INGREDIENTS:
- 2 tasang rolled oats
- 1 tasang crispy rice cereal
- ½ tasang pulot
- ½ tasang peanut butter (o almond butter para sa opsyon na walang nut)
- 1 kutsarita vanilla extract
- ½ tasa ng mini chocolate chips
- ¼ tasa ng pinatuyong prutas (tulad ng mga pasas, cranberry, o tinadtad na mga aprikot)

INSTRUCTIONS:
a) Sa isang malaking mixing bowl, pagsamahin ang mga rolled oats at crispy rice cereal.
b) Sa isang mangkok na ligtas sa microwave, init ng pulot at peanut butter (o almond butter) hanggang sa matunaw at makinis. Maaari mo ring painitin ang mga ito sa stovetop sa mahinang apoy.
c) Alisin ang mangkok mula sa init at ihalo ang vanilla extract.
d) Ibuhos ang honey at peanut butter mixture sa mga tuyong sangkap. Haluin hanggang sa maayos na pinagsama.
e) Magdagdag ng mini chocolate chips at pinatuyong prutas sa pinaghalong. Haluin hanggang pantay-pantay.
f) Ilipat ang pinaghalong sa isang greased o may linya na 9x9-inch baking dish. Pindutin ito nang mahigpit upang lumikha ng pantay na layer.
g) Palamigin ang mga granola bar nang hindi bababa sa 2 oras o hanggang itakda.
h) Kapag matatag na, gupitin sa mga bar at ilagay sa lalagyan na hindi tinatagusan ng hangin.
i) Tangkilikin ang mga masustansya at walang bake na granola bar na ito bilang isang masustansyang meryenda!

85. Walang-Bake Chocolate-Coconut Squares

MGA INGREDIENTS:
- 1 ½ tasang chocolate cookie crumbs
- ¼ tasa unsalted butter, natunaw
- 1 ½ tasang ginutay-gutay na niyog
- ½ tasang tinadtad na mani (tulad ng almonds o walnuts)
- 1 lata (14 oz) matamis na condensed milk
- 1 tasang semisweet chocolate chips
- ¼ tasa ng unsalted butter
- 1 kutsarita vanilla extract

INSTRUCTIONS:
a) Sa isang mixing bowl, pagsamahin ang chocolate cookie crumbs at tinunaw na mantikilya. Haluin hanggang ang mga mumo ay pantay na pinahiran.
b) Pindutin ang pinaghalong sa ilalim ng isang greased o may linya na 9x9-inch baking dish upang mabuo ang crust. Ilagay sa refrigerator upang palamig habang inihahanda ang pagpuno.
c) Sa isang hiwalay na mangkok ng paghahalo, pagsamahin ang ginutay-gutay na niyog at tinadtad na mani.
d) Ibuhos ang matamis na condensed milk sa pinaghalong niyog at haluin hanggang sa maayos.
e) Ikalat ang pinaghalong niyog sa ibabaw ng inihandang crust, pinindot ito nang pantay-pantay.
f) Sa isang maliit na kasirola, matunaw ang chocolate chips at unsalted butter sa mahinang apoy, haluin hanggang makinis.
g) Alisin ang kasirola mula sa init at ihalo ang vanilla extract.
h) Ibuhos ang pinaghalong tsokolate sa ibabaw ng coconut-nut layer, ikalat ito nang pantay-pantay.
i) Palamigin ang mga parisukat nang hindi bababa sa 2 oras o hanggang sa itakda.
j) Gupitin sa mga parisukat at tangkilikin ang mayaman at mapagbigay na walang-bake na frosted na chocolate-coconut square na ito!

86. Walang-Bake Ginger-Orange Squares

MGA INGREDIENTS:
- 2 tasang gingersnap cookie crumbs
- ½ tasang unsalted butter, natunaw
- 1 pakete (8 oz) cream cheese, pinalambot
- ½ tasang may pulbos na asukal
- 1 kutsarang orange zest
- 1 tasang mabigat na cream
- Candied na luya para sa dekorasyon (opsyonal)

INSTRUCTIONS:
a) Sa isang mixing bowl, pagsamahin ang gingersnap cookie crumbs at tinunaw na mantikilya. Haluin hanggang ang mga mumo ay pantay na pinahiran.
b) Pindutin ang pinaghalong sa ilalim ng isang greased o may linya na 9x9-inch baking dish upang mabuo ang crust. Ilagay sa refrigerator upang palamig habang inihahanda ang pagpuno.
c) Sa isang hiwalay na mangkok ng paghahalo, taluninin ang cream cheese, powdered sugar, at orange zest hanggang makinis at mag-atas.
d) Sa isa pang mangkok, latigo ang mabibigat na cream hanggang sa mabuo ang stiff peak.
e) Dahan-dahang tiklupin ang whipped cream sa pinaghalong cream cheese hanggang sa ganap na maisama.
f) Ibuhos ang pagpuno sa inihandang crust, ikalat ito nang pantay-pantay.
g) Palamigin ang mga parisukat nang hindi bababa sa 4 na oras o hanggang sa itakda.
h) Bago ihain, palamutihan ng minatamis na luya kung nais.
i) Gupitin sa mga parisukat at tangkilikin ang mga nakakatuwang no-bake na ginger-orange na mga parisukat!

87. No-Bake walnut Brownies

MGA INGREDIENTS:
- 1 ½ tasang datiles, pitted
- 1 tasang walnut
- ¼ tasa ng pulbos ng kakaw
- 1 kutsarita vanilla extract
- Kurot ng asin

INSTRUCTIONS:
a) Ilagay ang mga petsa, walnut, cocoa powder, vanilla extract, at asin sa isang food processor.
b) Iproseso hanggang sa magsama-sama ang timpla at maging malagkit na masa.
c) Pindutin ang kuwarta sa isang parisukat o hugis-parihaba na kawali na nilagyan ng parchment paper.
d) Palamigin nang hindi bababa sa 1 oras upang matigas.
e) Gupitin sa mga parisukat na brownie at ihain.

88. No-Bake Chipit Cereal Bars

MGA INGREDIENTS:
- 3 tasang cereal na gusto mo (hal., Rice Krispies, Corn Flakes, o anumang iba pang crispy cereal)
- 1 tasang chipits
- ½ tasa makinis na peanut butter
- ¼ tasa ng pulot o maple syrup
- 1 kutsarita vanilla extract

OPSYONAL NA MGA TOPPING
- Ginutay-gutay na buko
- Tinadtad na mani
- Chocolate chip

INSTRUCTIONS:
a) Sa isang malaking mangkok ng paghahalo, pagsamahin ang cereal at itabi ito.
b) Sa isang mangkok na ligtas sa microwave, tunawin ang mga chipits chocolate chips, peanut butter, at honey (o maple syrup) nang magkasama sa pagitan ng 30 segundo, hinahalo sa pagitan, hanggang sa ganap na matunaw at makinis.
c) Ihalo ang vanilla extract sa tinunaw na timpla.
d) Ibuhos ang tinunaw na timpla sa ibabaw ng cereal at ihalo hanggang sa pantay-pantay ang patong ng cereal.
e) Pindutin nang mahigpit ang pinaghalong sa isang 9x9-pulgadang baking dish na may linyang parchment.
f) Kung ninanais, iwiwisik ang ginutay-gutay na niyog, tinadtad na mani, o karagdagang chocolate chips sa itaas at dahan-dahang idiin ang mga ito sa pinaghalong.
g) Palamigin ang mga cereal bar nang hindi bababa sa 1 oras o hanggang matigas.
h) Kapag pinalamig at naitakda, alisin ang mga bar mula sa baking dish at gupitin ang mga ito sa mga parisukat o bar.
i) Iimbak ang no-bake Chipit cereal bars sa isang airtight container sa refrigerator hanggang sa 1 linggo.

89. No-Bake Peanut Brownies

MGA INGREDIENTS:
- 2 tasang mani, walang asin
- 1 tasang pitted date
- ¼ tasa ng unsweetened cocoa powder
- ¼ tasa ng pulot o maple syrup
- 1 kutsarita vanilla extract
- Kurot ng asin

INSTRUCTIONS:
a) Ilagay ang mga mani sa isang food processor at iproseso hanggang sila ay makinis na giling.
b) Idagdag ang pitted dates, cocoa powder, honey o maple syrup, vanilla extract, at asin sa food processor.
c) Iproseso ang lahat ng mga sangkap nang magkasama hanggang sa mabuo ang isang malagkit at madurog na timpla.
d) Iguhit ang isang parisukat na baking dish na may parchment paper.
e) Ilipat ang pinaghalong sa may linyang ulam at pindutin ito nang mahigpit upang bumuo ng pantay na layer.
f) Palamigin ang brownies nang hindi bababa sa 1-2 oras upang maitakda.
g) Kapag matatag na, alisin ang brownies mula sa ulam, hiwain ng mga parisukat, at ihain. Ang mga no-bake na peanut brownies na ito ay isang kasiya-siya at mas malusog na alternatibo sa tradisyonal na brownies.

ENERGY BALLS & BITES

90. Chocolate Fudge Cake Balls

MGA INGREDIENTS:
- 2 tasang chocolate fudge na mumo ng cake
- 1/2 tasang chocolate frosting
- Chocolate coating (tinutunaw na tsokolate)

INSTRUCTIONS:
a) Paghaluin ang chocolate fudge cake crumbs na may chocolate frosting.
b) Pagulungin ang halo sa mga bola at ilagay ang mga ito sa isang may linya na tray.
c) Isawsaw ang bawat bola sa tinunaw na tsokolate para mabalutan.
d) Hayaang ilagay ang mga ito sa refrigerator bago ihain.

91. Walang-Bake Almond Snowballs

MGA INGREDIENTS:
- 1 tasang almond flour
- ¼ tasa ng maple syrup
- ¼ tasa ng almond butter
- ½ kutsarita almond extract
- ½ tasang hinimay na niyog

INSTRUCTIONS:
a) Sa isang mixing bowl, pagsamahin ang almond flour, maple syrup, almond butter, at almond extract. Haluin hanggang sa maayos na pinagsama.
b) Kumuha ng maliliit na bahagi ng halo at igulong sa mga bola na kasing laki ng kagat.
c) Pagulungin ang bawat bola sa ginutay-gutay na niyog hanggang sa pantay-pantay na pinahiran.
d) Ilagay ang mga snowball sa isang baking sheet na nilagyan ng parchment paper.
e) Palamigin ng hindi bababa sa 1 oras upang matigas.
f) Ihain nang malamig at tamasahin ang mga nakakatuwang almond snowball na ito.

92. No-Bake Cocoa-Bourbon Balls

MGA INGREDIENTS:
- 2 tasang pinong dinurog na chocolate wafer cookies
- 1 tasang may pulbos na asukal
- 1 tasang tinadtad na pecan
- 3 kutsarang unsweetened cocoa powder
- ¼ tasa ng bourbon o whisky
- 2 kutsarang light corn syrup

INSTRUCTIONS:
a) Sa isang malaking mixing bowl, pagsamahin ang durog na chocolate wafer cookies, powdered sugar, tinadtad na pecan, at cocoa powder.
b) Magdagdag ng bourbon at light corn syrup sa pinaghalong at haluin hanggang sa mahusay na pinagsama.
c) Hugis ang timpla sa maliliit na bola gamit ang iyong mga kamay.
d) Ilagay ang cocoa-bourbon balls sa isang baking sheet na nilagyan ng waxed paper.
e) Palamigin nang hindi bababa sa 1 oras o hanggang matigas.
f) Ihain nang malamig at tamasahin ang mga nakakatuwang no-bake cocoa-bourbon ball na ito!

93. Walang-Bake Gingersnap Balls

MGA INGREDIENTS:
- 2 tasang gingersnap cookie crumbs
- ½ tasang may pulbos na asukal
- ½ tasang tinadtad na mani (tulad ng mga walnut o pecan)
- ¼ tasa ng light corn syrup
- 2 kutsarang tubig

INSTRUCTIONS:
a) Sa isang mixing bowl, pagsamahin ang gingersnap cookie crumbs, powdered sugar, at tinadtad na mani.
b) Sa isang maliit na mangkok, haluin ang light corn syrup at tubig hanggang sa mahusay na pinagsama.
c) Ibuhos ang pinaghalong corn syrup sa pinaghalong cookie crumb at haluin hanggang sa pantay na basa.
d) Hugis ang timpla sa maliliit na bola gamit ang iyong mga kamay.
e) Ilagay ang gingersnap balls sa isang baking sheet na nilagyan ng waxed paper.
f) Hayaang matigas ang mga bola sa refrigerator nang hindi bababa sa 1 oras.
g) Ihain nang malamig at tamasahin ang mga malasa at walang lutong gingersnap ball na ito!

94. No-Bake Mocha Liqueur Balls

MGA INGREDIENTS:
- 2 tasang chocolate wafer cookie crumbs
- 1 tasa ng pinong tinadtad na mani (tulad ng mga almendras o pecans)
- ½ tasang may pulbos na asukal
- 2 kutsarang cocoa powder
- ¼ tasa ng kape liqueur
- 2 kutsarang instant coffee granules
- 2 kutsarang corn syrup
- Powdered sugar para sa rolling

INSTRUCTIONS:
a) Sa isang mixing bowl, pagsamahin ang chocolate wafer cookie crumbs, chopped nuts, powdered sugar, at cocoa powder.
b) Sa isang hiwalay na mangkok, i-dissolve ang instant coffee granules sa coffee liqueur.
c) Haluin ang pinaghalong coffee liqueur at corn syrup sa mga tuyong sangkap hanggang sa maayos na pagsamahin.
d) Hugis ang timpla sa maliliit na bola gamit ang iyong mga kamay.
e) Pagulungin ang mga bola sa powdered sugar para mabalutan.
f) Ilagay ang mocha liqueur balls sa isang baking sheet na nilagyan ng waxed paper.
g) Hayaang matigas ang mga bola sa refrigerator nang hindi bababa sa 1 oras.
h) Ihain nang malamig at tamasahin ang mga dekadent at walang lutong mocha liqueur ball na ito!

95. No-Bake Cherry Rum Balls

MGA INGREDIENTS:
- 2 tasang dinurog na vanilla wafer cookies
- 1 tasang may pulbos na asukal
- 1 tasa tinadtad na mga walnuts
- 1 tasa ng pinatuyong seresa, tinadtad
- 2 kutsarang cocoa powder
- ¼ tasa ng rum
- 2 kutsarang light corn syrup
- Karagdagang asukal sa pulbos para sa rolling

INSTRUCTIONS:
a) Sa isang malaking mixing bowl, pagsamahin ang dinurog na vanilla wafer cookies, powdered sugar, tinadtad na walnuts, pinatuyong seresa, at cocoa powder.
b) Idagdag ang rum at light corn syrup sa pinaghalong at haluing mabuti hanggang ang lahat ay lubusang pinagsama.
c) Kumuha ng maliliit na bahagi ng pinaghalong at igulong ang mga ito sa 1-pulgadang bola gamit ang iyong mga kamay.
d) I-roll ang mga bola sa powdered sugar upang pantay-pantay ang mga ito.
e) Ilagay ang mga rum ball sa isang baking sheet na nilagyan ng parchment paper.
f) Palamigin ang mga rum ball nang hindi bababa sa 2 oras o hanggang sa matigas.
g) Kapag pinalamig at naitakda, ilipat ang mga bola ng rum sa isang lalagyan ng airtight para sa imbakan. Maaari silang maiimbak sa refrigerator nang hanggang 2 linggo.

96. Walang-Bake Orange Balls

MGA INGREDIENTS:
- 2 tasang vanilla wafer crumbs
- 1 tasang may pulbos na asukal
- 1 tasa ng pinong tinadtad na mani (tulad ng pecans o almonds)
- ½ tasa ng orange juice
- ¼ tasa ng orange zest
- Tinadtad na niyog para igulong

INSTRUCTIONS:
a) Sa isang mixing bowl, pagsamahin ang vanilla wafer crumbs, powdered sugar, at tinadtad na mani.
b) Magdagdag ng orange juice at orange zest sa pinaghalong. Haluin hanggang sa maayos na pinagsama at ang timpla ay magkadikit.
c) Hugis ang timpla sa maliliit na bola, mga 1 pulgada ang lapad.
d) Pagulungin ang mga bola sa niyog upang mabalutan.
e) Ilagay ang pinahiran na orange ball sa isang baking sheet na nilagyan ng waxed paper.
f) Palamigin ang mga bola nang hindi bababa sa 1 oras o hanggang matigas.
g) Mag-imbak sa isang lalagyan ng airtight sa refrigerator.

97.Peanut Butter Chocolate Chip Energy Balls

MGA INGREDIENTS:
- 1 tasang makalumang oats
- 1/2 tasa ng peanut butter
- 1/3 tasa ng pulot o maple syrup
- 1/2 tasa ground flaxseed
- 1/2 tasa ng mini chocolate chips
- 1 kutsarita vanilla extract
- Kurot ng asin (opsyonal)

INSTRUCTIONS:
a) Sa isang malaking mangkok, pagsamahin ang mga oats, peanut butter, honey (o maple syrup), ground flaxseed, chocolate chips, vanilla extract, at isang kurot ng asin kung gusto.
b) Haluin hanggang sa maayos na pinagsama.
c) Palamigin ang timpla ng humigit-kumulang 30 minuto upang mas madaling hawakan.
d) Kapag pinalamig, igulong ang timpla sa mga bola na kasing laki ng kagat.
e) Ilagay ang mga bola ng enerhiya sa isang tray na may linyang parchment.
f) Palamigin nang hindi bababa sa 1 oras bago ihain.

98. Coconut Almond Date Energy Balls

MGA INGREDIENTS:
- 1 tasang petsa, pitted
- 1/2 tasa ng mga almendras
- 1/4 tasa ng ginutay-gutay na niyog, walang tamis
- 1 kutsarang chia seeds
- 1 kutsarita vanilla extract
- Kurot ng asin (opsyonal)

INSTRUCTIONS:
a) Sa isang food processor, pagsamahin ang mga petsa, almond, ginutay-gutay na niyog, chia seeds, vanilla extract, at isang kurot ng asin kung gusto.
b) Iproseso ang pinaghalong hanggang sa ito ay bumuo ng isang malagkit na masa.
c) Kumuha ng maliliit na bahagi ng kuwarta at igulong ang mga ito sa mga bola.
d) Ilagay ang mga bola ng enerhiya sa isang tray na may linyang parchment.
e) Palamigin nang hindi bababa sa 1 oras bago ihain.

99. Oatmeal Raisin Cookie Energy Balls

MGA INGREDIENTS:
- 1 tasang makalumang oats
- 1/2 tasang pasas
- 1/4 tasa ng almond butter
- 1/4 tasa ng pulot o maple syrup
- 1 kutsarita ng kanela
- 1/2 kutsarita vanilla extract
- Kurot ng asin (opsyonal)

INSTRUCTIONS:
a) Sa isang food processor, pagsamahin ang mga oats, pasas, almond butter, honey (o maple syrup), cinnamon, vanilla extract, at isang kurot ng asin kung gusto.
b) Iproseso ang pinaghalong hanggang sa mahusay na pinagsama at malagkit.
c) Palamigin ang pinaghalong mga 30 minuto.
d) Kapag pinalamig, igulong ang timpla sa mga bola na kasing laki ng kagat.
e) Ilagay ang mga bola ng enerhiya sa isang tray na may linyang parchment.
f) Palamigin nang hindi bababa sa 1 oras bago ihain.

100. Chocolate Coconut Protein Balls

MGA INGREDIENTS:
- 1 tasang rolled oats
- 1/2 tasa ng chocolate protein powder
- 1/3 tasa ng almond butter
- 1/4 tasa ng pulot o agave syrup
- 1/4 tasa ng ginutay-gutay na niyog, walang tamis
- 1 kutsarita vanilla extract
- Kurot ng asin (opsyonal)

INSTRUCTIONS:
a) Sa isang mangkok, paghaluin ang mga rolled oats, chocolate protein powder, almond butter, honey (o agave syrup), ginutay-gutay na niyog, vanilla extract, at isang kurot ng asin kung gusto.
b) Haluin hanggang ang timpla ay mahusay na pinagsama.
c) Palamigin ang pinaghalong mga 30 minuto.
d) Kapag pinalamig, igulong ang timpla sa mga bola na kasing laki ng kagat.
e) Pagulungin ang bawat bola sa karagdagang ginutay-gutay na niyog kung gusto.
f) Ilagay ang mga bola ng enerhiya sa isang tray na may linyang parchment.
g) Palamigin nang hindi bababa sa 1 oras bago ihain.

KONGKLUSYON

Sa pag-abot natin sa huling kabanata ng No-Bake Baking ng PROTEIN WAFERS WALANG BAKING, umaasa akong ang culinary escapade na ito ay nagdala ng tamis at kasiyahan sa iyong kusina. Sa 100 indulgent treats sa iyong mga kamay, ang mga posibilidad para sa paglikha ng mga di malilimutang dessert na walang oven ay walang katapusang. Tinanggap mo man ang sining ng walang-bake na pagluluto bilang pang-araw-araw na ritwal o inilaan ito para sa mga espesyal na okasyon, ang paglalakbay ay napakasarap.

Salamat sa pagsama sa amin sa masarap na pakikipagsapalaran na ito. Nawa'y mapuno ng pagkamalikhain, kagalakan, at kasiyahan sa paggawa ng mga dessert na nag-iiwan ng pangmatagalang impresyon ang iyong walang-bake na pagsusumikap sa hinaharap. Hanggang sa aming susunod na baking escapade, tikman ang tamis ng mga likha ng PROTEIN WAFERS WALANG BAKING at patuloy na tamasahin ang kasiya-siyang mundo ng mga no-bake treat. Happy baking!

www.ingramcontent.com/pod-product-compliance
Lightning Source LLC
Chambersburg PA
CBHW071904110526
44591CB00011B/1543